社交篇

商務越南語
在越南闖出一片天

阮氏美香 著

序

筆者在臺求學並有緣在臺灣就業生根，在多年的越語教學中，看到臺商及社會人士所欠缺的產業面語言工具書，想為有意願到越南去旅遊或工作者，量身訂做一套實用的書籍，希望本書可以增加您對於意見表達、市場、合約、E-mail、會議等專業用語，有更進一步的了解。

寫書的動機來自規劃寶成國際集團、旭榮集團、宏福實業集團等等公司數位化語言學習內容而來，在這過程中非常感謝各集團、企業、政府機關、各所學校及親友對筆者的支持、協助及肯定，此外非常感謝聯經出版公司的信任、用心及鼎力協助完成本書出版。另外特別感臺灣的栽培，使筆者有機會能將所長貢獻臺灣，期許能對臺灣企業及讀者有所助益。

Xin cảm ơn!（謝謝！）

阮氏美香 Nguyễn Thị Mỹ Hương

目次

THƯƠNG LƯỢNG VÀ HỢP ĐỒNG
商量及合約篇

PHỤC VỤ
服務篇

Bài 16 第十六課

CÁCH VIẾT THƯ ĐIỆN TỬ(E-mail)（II）
電子信件的寫法（二）   384

HỘI NGHỊ (HỌP)
會議篇   401

Bài 17 第十七課

NỘI DUNG CÓ LIÊN QUAN ĐẾN CUỘC HỌP（I）
會議相關議題（一）   402

 **音檔說明**

本書特別錄製越南的北部音及南部音，說明如下。
書面顯示：001, 002, 003, ...
北部音：N-001, N-002, N-003, ...
南部音：S-001, S-002, S-003, ...

如無光碟播放機，請掃描或至以下連結下載音檔。
網址：https://goo.gl/tiviRG
QR Code：

BIỂU ĐẠT CƠ BẢN
基本表達篇

Bài 1 > GIỚI THIỆU

第一課　　介紹

❶ Giới thiệu bản thân 自我介紹

Từ vựng 詞彙

1	chào	你好！（見面時用來打招呼語）
2	giám đốc	經理
3	thư ký	秘書
4	bạn	朋友、你、同學
5	Chào anh	你好！；Chào chị / 妳好
6	em	你、弟弟、妹妹（對年長者的自稱）
7	nhân viên	職員
8	mới	新

9　rất ／ 很

10　vui ／ 高興

11　được ／ 樂意接受某事情、能、可以、得到

12　gặp ／ 見面、見、遇到、碰面

13　ông / bà ／ 您、先生、女士

14　tự ／ 自（我）、自己（來）

15　giới thiệu ／ 介紹

16　đến ／ 到、來、抵達

17　từ ／ 自、從

18　bán ／ 賣、售

19　hàng ／ 貨、東西、貨物

20　công ty ／ 公司

21　người ／ 人、者

22　phụ trách ／ 負責

23 các ／ 各

24 đồng nghiệp ／ 同事、同仁

25 khách hàng ／ 客戶

26 đây ／ 這

27 là ／ 是

28 kia ／ 那

29 làm quen ／ 認識

30 ông ấy ／ 他；bà ấy ／ 她

31 hân hạnh ／ 榮幸

32 với ／ 跟、和

33 mọi người ／ 大家、你們

34 giám đốc ／ 經理

35 sang ／ 過、來

36 đi ／ 去、行、走

| 37 | xin hỏi | ／ | 請問 |

| 38 | quý danh | ／ | 貴姓 |

| 39 | của | ／ | 的 |

| 40 | cũng thế | ／ | 也是 |

| 41 | Trương Huệ | ／ | 張惠 |

| 42 | Huệ | ／ | 惠 |

| 43 | Dương | ／ | 楊、楊、洋、陽 |

| 44 | Minh | ／ | 明 |

| 45 | Tùng | ／ | 松 |

| 46 | Hoàng | ／ | 黃先生 |

| 47 | Trung | ／ | 忠、中 |

| 48 | Trần Minh | ／ | 陳明 |

| 49 | Đài Loan | ／ | 臺灣 |

| 50 | Quách | ／ | 郭 |

Câu mẫu 句型範例

1 🎧 002

1 Chào giám đốc! Tôi tên là Huệ.
經理好！我叫阿惠。

2 Tôi là thư ký của ông Dương.
我是楊先生的秘書。

3 Tôi là Minh, bạn của anh Tùng.
我是阿明，是松先生的朋友。

4 Em chào anh! Em là nhân viên mới của công ty.
您好！我是公司的新職員。

5 Chào ông Hoàng! Rất vui được gặp ông!
黃先生，您好！我很高興見到您。

6 Tôi xin tự giới thiệu, tôi tên là Trung.
我來自我介紹一下，我叫阿中。

7 Tôi là Trần Minh, tôi đến từ Đài Loan.
我是陳明，我來自臺灣。

8 Tôi là nhân viên bán hàng của công ty.
我是公司的業務員。

2 🎧 003

1 Chào ông! Tôi là người phụ trách bán hàng ở đây.
您好！我是這裡的負責業務人員。

2 Xin giới thiệu với ông, đây là bà Trương Huệ.
我給您介紹一下，這是張惠女士。

3 Cho phép tôi được giới thiệu với mọi người. Đây là
ông Quách giám đốc.
我向各位介紹，這是郭經理。

4 Tôi xin giới thiệu một chút, đây là ông Hoàng, khách
hàng của chúng tôi.
我介紹一下，這是我們的客戶，黃先生。

5 Kia là giám đốc Vương, anh sang chào và làm quen
với ông ấy đi.
那是王經理，你過去跟他打個招呼吧！

A Chào bà!
您好！

B Chào ông!
您好！

A Tôi xin tự giới thiệu, tôi tên là Trương Khải.
我來介紹一下，我叫張凱。

B Rất hân hạnh được gặp ông!
很高興能認識您！

A Xin hỏi quý danh của bà là…?
請問，您貴姓？

B Tôi tên là Nguyễn Minh Tâm.
我叫阮明心。

A Rất vui được gặp bà!
認識您很高興！

B Tôi cũng thế.
我也是。

❷ Giới thiệu về công ty 公司介紹

Từ vựng 詞彙 005

1	**xưởng may** / 針車廠（縫紉廠、成衣廠、鞋廠）
2	**kho** / 倉庫
3	**để** / 讓、放、為了
4	**phòng mẫu** / 樣品室
5	**kĩ sư** / 工程師、技師

6　công nhân　／　員工

7　làm　／　做

8　theo ca　／　班制

9　chế độ　／　制度

10　phúc lợi　／　福利

11　dây chuyền　／　生產線的線、項鍊

12　không　／　不、沒、無、零

13　tùy tiện　／　隨便

14　bộ phận　／　部門、部分、處、單位

15　văn phòng　／　辦公室

16　nhuộm　／　染

17　tự động　／　自動

18　tăng ca　／　加班

19　quản đốc　／　課長

20　hiện đại ／ 現代

21　nhất ／ 最

22　thăm quan / tham quan ／ 參觀

23　công ty ／ 公司

24　con ／ 分（công ty con ／ 分公司）、孩子、動物的量詞

25　đại diện ／ 代理、代表

26　sân bay ／ 機場

27　gần ／ 近；xa ／ 遠

28　cung cấp ／ 提供、供應

29　bữa trưa ／ 午飯、午餐

30　mời ／ 請、邀請

31　đi ／ 去、行、走

32　theo ／ 跟、隨、跟著、帶著

33　chi nhánh ／ 分行、分工廠、分公司

34 giao dịch ／ 交易

35 cả nước / toàn quốc ／ 全國

36 trang bị ／ 安裝、準備

37 khuyến khích ／ 鼓勵

38 tiếp nhận ／ 接受、接納

39 chuyển hàng ／ 運貨

40 nghiêm chỉnh ／ 嚴屬、遵守

41 chấp hành ／ 執行

42 pháp luật ／ 法律

43 thương mại ／ 貿易、商務

44 Quốc tế ／ 國際

45 đầu tư ／ 投資

46 vốn ／ 資金

47 máy móc ／ 機器、機械

Câu mẫu 句型範例

1 🎧 006

1
Kia là xưởng may.
那是成衣廠。

2
Đây là kho để hàng.
這是倉庫。

3
Kia là phòng mẫu.
那是樣品室。

4
Công ty chúng tôi có 500 kỹ sư.
我們公司有500位技師。

5
Công nhân ở xưởng một ngày làm 3 ca.
廠裡員工每天有三個班制。（輪三班）

6
Công ty nghỉ thứ 7 và chủ nhật.
公司周六和周日休息。

7
Chế độ phúc lợi của công ty rất tốt.
公司的福利制度很好。

2 🎧 007

1 Xưởng nhuộm có 200 công nhân.
染廠有200個工人。

2 Nhân viên không tùy tiện xin nghỉ việc.
職員不能隨便請假。

3 Bộ phận văn phòng có 20 nhân viên.
辦公室內勤共有20個人。

4 Đây là dây chuyền nhuộm vải tự động.
這是染布的自動設備。

5 Công ty chúng tôi làm việc 8 tiếng/ ngày.
我們公司每天工作8個小時。

6 Công ty chúng tôi không có chế độ tăng ca.
我們公司沒有加班制度。

3 🎧 008

1 Đây là văn phòng của quản đốc xưởng dệt.
這是染廠課長的辦公室。

2 Đây là dây chuyền sản xuất giày hiện đại nhất ạ.
這是製鞋最先進的生產設備。

③ Tiếp theo chúng ta sẽ đi tham quan nhà xưởng.
接著，我們去參觀廠房。

④ Công ty con của chúng tôi ở Huế và Đà Nẵng.
我們的分公司在順化和峴港。

⑤ Văn phòng đại diện ở gần sân bay Tân Sơn Nhất.
公司的辦事處在新山一機場附近。

① Công ty cung cấp bữa trưa cho toàn thể nhân viên.
公司提供午餐給全體同仁。

② Kia là khu nhà ở của cán bộ, mời ông đi theo tôi.
那是幹部的宿舍區，請您跟我來。

③ Xin giới thiệu với ông, đây là công ty của chúng tôi.
向您介紹一下，這是我們公司。

④ Đây là khu văn phòng hành chính.
這是行政區。

⑤ Công ty chúng tôi có chi nhánh giao dịch trên cả nước.
我們公司在全國各地都有設立分公司。

6 Công ty chúng tôi có trang bị dây chuyền sản xuất tự động mới nhất hiện nay.

目前我們公司安裝最先進的自動生產設備。

---

5 🎧 `010`

1 Công ty khuyến khích hoàn thành công việc trong ngày.

公司鼓勵員工當天把工作完成。

2 Công ty tôi phụ trách việc tiếp nhận và vận chuyển hàng.

我們公司負責接受和運輸貨物。

3 Công ty của chúng tôi nghiêm chỉnh chấp hành pháp luật.

我們公司嚴格遵守法規。

4 Tôi gọi điện từ Trung tâm Thương mại Quốc tế Hà Nội.

我從河內國際貿易中心打電話來。

5 Công ty chúng tôi vừa đầu tư vốn mua một số máy móc hiện đại.

我們公司剛投入資金購買一些先進的設備。

6   Xin giới thiệu với bà, đây là văn phòng đại diện của chúng tôi tại Sài Gòn.

向您介紹一下，這是我們公司在西貢的代理辦事處。

❸ Giới thiệu sản phẩm 產品介紹

Từ vựng 詞彙

1	**sản phẩm** / 產品		
2	**chạy** / 跑、暢銷		
3	**đảm bảo** / 保證		
4	**chất lượng** / 品質		
5	**bền** / 耐用		
6	**và** / 和、與、及		
7	**lâu** / 久		
8	**bảo hành** / 保修		
9	**hàng thật** / 真貨；**hàng giả** / 假貨		

10 dịch vụ ／ 服務

11 ưu đãi ／ 優惠

12 lựa chọn ／ 選擇

13 phí ／ 費

14 vận chuyển ／ 運輸

15 bồi thường ／ 賠償

16 sách ／ 書

17 hàng hóa ／ 貨物

18 triển lãm ／ 展覽

19 an toàn ／ 安全

20 nguồn gốc ／ 來源

21 xuất xứ ／ 產地

22 đáp ứng ／ 答應

23 thị hiếu ／ 需求

24	cục đổi nguồn / 國際變壓插頭、轉接頭
25	điện / 電
26	kinh tế / 經濟
27	hơn / 比
28	thích hợp / 合適
29	thuyết trình / 演講、簡報
30	tham dự / 參加、參與

Câu mẫu 句型範例

1  012

1. Tôi muốn giới thiệu sản phẩm mới cho bà.
   我想介紹新的產品給您。

2. Những hàng này vừa được nhập từ Mỹ về.
   這些貨剛從美國進口回來的。

3 Đợt hàng lần này bán rất chạy.
這批貨賣得很好。

4 Hàng đảm bảo chất lượng.
貨物品質保證合格。

5 Hàng lần này tôi tin chắc là ông sẽ thích.
這次的產品我相信您一定會喜歡。

6 Hàng này sử dụng được rất lâu và bền.
這個貨物很耐用。

7 Hàng đến nơi mới thanh toán phí còn lại.
貨到時才付清剩下的餘額。

2 🎧 013

① Tôi không tin vào những mẫu quảng cáo qua điện thoại.
我不相信電話裡的廣告。

② Chất lượng hàng của chúng tôi rất đảm bảo.
我們貨物的品質保證。

③ Công ty tôi có dịch vụ bảo hành 3 năm.
我們公司的保固期為三年。

④ Thông tin rao bán trên mạng không đảm bảo.
網上銷售的資訊不太可靠。

⑤ Hàng thật 100% , đảm bảo không có hàng nhái.
百分之百真貨，保證沒有仿冒的。

⑥ Cô có thể tham khảo sổ tay hướng dẫn sử dụng.
您可以參考使用說明書。

3 🎧 014

① Hàng tốt và bảo đảm chất lượng.
好貨和品質保證。

② Chúng tôi đưa ra dịch vụ ưu đãi sau khi bán.
我們提出售後的優惠服務。

3 Hàng sử dụng trong 1 tuần, nếu không vừa ý thì trả lại hàng.

商品使用一周內，若不滿意可以退貨。

4 Ông có thể tham khảo quảng cáo sản phẩm này trên ti vi.

您可以在電視上參考該產品的廣告。

5 Chúng tôi có dịch vụ chăm sóc khách hàng miễn phí.

我們有免費的售後服務。

4 015

1 Chúng tôi lựa chọn nhiều hãng máy may khác nhau.

我們選擇各種不同廠牌的縫紉機。

2 Chúng tôi sẽ cử nhân viên bán hàng lên giới thiệu sản phẩm.

我們會派業務人員來介紹產品。

3 Chúng tôi sẽ gửi hàng đến tận nơi cho bà, nhận được hàng mới thanh toán.

我們會寄貨到府給您，收到貨再付款。

4 Phí vận chuyển chúng tôi chịu.

運費由我們來付。

5　Xin ông bà cứ yên tâm, nếu hàng không đạt chất lượng chúng tôi sẽ bồi thường.
請您們放心，若貨物品質不合格，我們會賠償的。

6　Chất lượng hàng hóa được đảm bảo.
貨物的品質有保障。

7　Quyển sách này giới thiệu cho khách hàng biết chi tiết về sản phẩm công ty chúng tôi.
這本書為顧客詳細地介紹我們公司的產品。

5 🎧 016

1　Sản phẩm này chỉ có công ty tôi mới có.
該產品只有我們公司有。

2　Nó chạy bằng điện 110v.
它用的電壓為110伏特。

3　Để tôi điều khiển nó cho ông bà xem.
我來操作給兩位看。

4　Sản phẩm này đang có dịp khuyến mãi.
該產品現在正有優惠活動。

5　Hôm qua có buổi triển lãm hàng mới.
昨天有新品展銷會。

1 Đầu tiên, chúng ta hãy quan sát sản phẩm.
首先，我們要觀察產品。

2 Loại hàng này chỉ phù hợp với độ tuổi từ 1 đến 10.
該產品只適合1至10歲的孩子使用。

3 Tôi sẽ giới thiệu về nguồn gốc xuất xứ của sản phẩm.
我會介紹產品的產地。

4 Hàng mới đáp ứng được thị hiếu của khách hàng.
新品滿足消費者的需求。

5 Nếu dùng điện 220v thì phải cắm cục đổi nguồn.
若用220伏特的電壓座，插頭就要換轉接頭。

6 Tôi muốn có buổi giới thiệu sản phẩm mới trên ti vi.
我想透過電視介紹新產品。

1 Tôi muốn giới thiệu cho ông về chi tiết của sản phẩm.
我想給您介紹關於產品的細節。

2 Hàng này ông sử dụng sẽ rất an toàn và tiện lợi.
該產品您使用會安全及很方便的。

3 Chất lượng sản phẩm mới tốt và kinh tế hơn hàng cũ.

新品的品質比原來的產品好很多。

4 Sản phẩm này rất thích hợp với ngôi nhà mới của ông bà.

該產品很適合您們的新屋。

5 Các sản phẩm mới được sản xuất ở Đài Loan và Nhật Bản.

各種新產品都在臺灣和日本生產的。

6 Hàng mới ra đời sẽ thay thế 1 loạt hàng cũ trên thị trường.

新品上市就會代替一系列舊的產品。

7 Sản phẩm này sẽ được giới thiệu trên thị trường vào tháng 3 năm nay.

該產品將在今年三月上市。

8 Rất cảm ơn ông đã đến tham dự buổi thuyết trình sản phẩm ngày hôm nay.

感謝您今天來參加產品的說明會。

Bài 2 > GIAO TIẾP QUA ĐIỆN THOẠI

第二課　電話交際

❶ Hẹn gặp 約見面

Từ vựng 詞彙 019

1	muốn	/	想
2	hẹn	/	約
3	không	/	不
4	bà ấy	/	她（長者）
5	rồi	/	了
6	đợi	/	等
7	chuyển máy / nối máy	/	轉接
8	bây giờ	/	現在

9 đang ／ 正在

10 có ／ 有

11 khách ／ 客人

12 một ／ 一

13 lát nữa / một chút ／ 一下

14 gọi lại ／ 再打

15 khi nào ／ 什麼時候

16 tiện ／ 方便

17 có thể ／ 可以

18 giúp ／ 幫助

19 gì ／ 什麼

20 công ty ／ 公司

21 việc ／ 事

22 hôm nay ／ 今天

23 đến ／ 到、來

24 lịch ／ 時間表、行程、行事曆

25 trước ／ 先、前

26 xin ／ 請

27 vui lòng ／ 麻煩

28 công tác ／ 出差

29 hôm qua ／ 昨天

30 gọi ／ 打（電話）、叫

31 nhưng ／ 但是、不過

32 vắng ／ 不在

33 cuộc hẹn ／ 個約會、場約會

34 phòng ／ 房間

35 làm việc ／ 工作

36 lúc ／ 時候、當

37 **ba giờ** ／ 三點

38 **chiều** ／ 下午

39 **quản đốc** ／ 課長

40 **xưởng nhuộm** ／ 染廠

41 **sẽ** ／ 會、將

42 **nối máy** ／ 轉接

43 **ngay** ／ 馬上

44 **bận** ／ 忙

45 **chào** ／ 打招呼

46 **cô** ／ 姑姑、小姐、女老師

47 **dịch vụ** ／ 服務

48 **chăm sóc** ／ 照顧

49 **khách hàng** ／ 客戶

50 **văn phòng** ／ 辦公室

1 🎧 020

A Tôi muốn gặp bà Trần Anh Thư.
我想見陳英書女士。

B Ông có hẹn trước không?
您有預約嗎？

A Tôi có hẹn với bà ấy rồi.
我跟她約好了。

B Ông đợi tôi một chút, tôi chuyển máy cho bà ấy.
您稍等，我轉接給她。

A Bây giờ tôi đang có khách, một lát nữa tôi gọi lại cho anh.
我正在有客人，等一下我再回電給你。

B Vâng, khi nào tiện thì bà gọi điện lại cho tôi.
好的，您方便時再打電話給我。

2 🎧 021

A Tôi có thể giúp được gì cho ông?
我可以幫您什麼忙嗎？

B Tôi muốn gặp giám đốc công ty.
我想見公司的經理。

A Ông hẹn gặp bà ấy có việc gì không?
您約她見面有什麼事嗎？

B Bà ấy bảo tôi hôm nay đến.
她請我今天來的。

A Dạ (Vâng), ông đợi (chờ) tôi một lát (chút).
好的，您稍等一下。

3 🎧 022

A Chào bà, xin hỏi bà cần tìm ai?
您好，請問您要找誰？

B Tôi muốn gặp trưởng phòng nhân sự.
我想找人事室的主任。

Tôi có gọi điện hẹn lịch trước rồi.
我打電話預約了。

A Xin bà đợi 1 lát, tôi sẽ gọi cho ông ấy.
請稍微等一下，我會打電話給他。

Giám đốc có việc đột xuất vừa đi ra ngoài rồi ạ.
經理臨時有急事剛外出了。

B Hôm qua tôi có gọi điện đến, nhưng ông ấy đi vắng.
昨天我有打電話來，不過他不在。

A Thành thật xin lỗi bà, có gì tôi sẽ bảo ông ấy gọi điện
lại cho bà sau.
真的很抱歉，我再請他回電給您。

A Chào ông! Ông cần gặp ai?
您好，您要找誰？

B Tôi muốn gặp bà Hoàng giám đốc.
我找黃經理。

A Vâng, ông đợi một lát.
好的，請您稍待。

Bà ấy đang đợi ông ở tầng 8, phòng 826.
她在8樓826室等您。

Mời ông đi theo tôi, mời ông đi lối này.
請您跟我走，請您往這邊走。

Mời vào, mời ông ngồi.
請進，請坐。

Xin hỏi, ông muốn uống trà hay cà phê?
請問，您想喝茶還是咖啡？

B Tôi muốn uống nước lọc.
我想喝白開水。

A Mời ông.
請您慢用。

B Cảm ơn cô!
謝謝您。

A Không có gì (chi).
不客氣！

826

❷ Tìm gặp ai đó 找某個人

Từ vựng 詞彙

1	quầy	櫃檯
2	quầy lễ tân	服務台
3	thật	真
4	tuyệt vời	很棒、好極了
5	gọi nhầm số	打錯電話
6	nhà vệ sinh	衛生間（廁所）
7	chắc chắn	一定
8	họp	開會
9	tiếp khách	接待客人
10	lần sau	下次
11	để lại	留下

12 **lời nhắn** ／ 留言

13 **tên** ／ 名字

14 **địa chỉ** ／ 地址

15 **năm phút** ／ 五分鐘

16 **nữa** ／ 繼續、再

17 **ngày mai** ／ 明天

18 **về** ／ 回去

19 **cụ thể** ／ 具體

20 **rảnh** ／ 有時間、有空

21 **hôm qua** ／ 昨天

22 **ở** ／ 在

23 **trở lại** ／ 回來

24 **mấy giờ** ／ 幾點

25 **hy vọng** ／ 希望

26	bây giờ	/	現在
27	sáng	/	上午
28	mấy	/	幾
29	hôm nay	/	今天
30	liên lạc	/	聯絡
31	cách	/	辦法
32	dễ nhất	/	最容易
33	di động	/	手機
34	dịp khác	/	別的機會
35	nói chuyện	/	說話
36	tổ trưởng	/	組長
37	nhiều	/	多
38	lần	/	次、遍、趟
39	vẫn	/	還、仍

40	chưa	/	還沒、未
41	Sếp	/	老闆、上司、主管
42	người	/	人、者
43	phụ trách	/	負責
44	phu nhân	/	夫人
45	gọi tới	/	打來
46	bà chủ	/	老闆娘
47	ông chủ	/	老闆
48	xưởng trưởng	/	廠長
49	trưởng phòng	/	處長
50	nhắn	/	留言、傳話
51	phiền	/	麻煩
52	anh	/	你、哥哥

1 🎧 025

1. Đây là văn phòng của bà Lý, xin hỏi, ông cần tìm ai?
   這是李女士的辦公室，請問您要找誰？

2. Quầy lễ tân xin nghe, tôi có thể giúp được gì cho ông?
   這裡是服務台，我能幫您什麼忙嗎？

3. Công ty Hoàng Long xin nghe, xin hỏi tôi có thể giúp gì cho bà?
   這裡是黃龍公司，我能幫您什麼忙嗎？

4. Chào cô, đây là phòng dịch vụ chăm sóc khách hàng, cô cần tôi giúp gì không?
   您好，這裡是售後服務中心，您需要我幫您什麼嗎？

5. Tôi có thể giúp gì cho cô?
   我可以幫妳什麼嗎？

6. Xin hỏi, ông vừa gọi điện cho tôi phải không?
   請問，您剛打電話給我嗎？

A Công ty An Huy xin nghe.
喂，安輝公司您好！

B Chào cô!
妳好！

A Chào ông! Ông cần tìm ai?
您好！您要找誰呢？

B Cho tôi gặp anh Trương.
我想找張先生。

A Ông muốn gặp ông Trương nào ạ?
您想找哪位張先生呢？

B Ông Trương quản đốc xưởng nhuộm.
是染廠的張課長。

A Ông tìm ông ấy có việc gì ạ?
您找他有什麼事嗎？

B Tôi cần bàn với ông ấy về giá cả của lô hàng sắp tới.
我要跟他商量下一批貨的價格。

A Dạ (Vâng), tôi sẽ nối máy cho ông ngay.
好的，我幫您轉接。

B Chào anh, tôi đang bận một chút, lát nữa tôi sẽ gọi lại cho anh.

你好！我正在忙一下，稍後我再打給你。

A Chào em.

妳好！

B Chào anh, xin hỏi anh cần tìm ai?

你好，請問你想找誰？

A Anh muốn gặp chị Minh Anh.

我想見明英小姐。

B Dạ (Vâng), anh đợi em chuyển máy.

好的，請稍等，我幫您轉接。

A Cảm ơn em.

謝謝妳！

A A lô, văn phòng giám đốc xin nghe.

喂，這裡是經理辦公室。

B Tôi cần gặp chị Hà giám đốc.
我想見荷經理。

A Chị ấy đi công tác rồi ạ.
她出差去了。

B Khi nào chị ấy về?
她什麼時候回來？

A Dạ, năm ngày nữa anh ạ.
再過五天。

B Nhờ cô nhắn giúp có anh Thanh gọi điện từ Cao Hùng sang.
請妳轉告她，有清先生從高雄打電話來。

A Dạ (Vâng). Tôi sẽ chuyển lời.
好的，我會轉告給她的

B Cảm ơn cô.
謝謝妳！

A Không có gì (chi).
不客氣！

---

❸ Từ chối chuyển cuộc gọi 拒絕轉接

Từ vựng 詞彙 029

1	**đang**	/	正在
2	**đi vắng**	/	不在
3	**vừa**	/	剛、合身
4	**nhà vệ sinh**	/	化妝室、衛生間、廁所
5	**đi ra ngoài**	/	外出
6	**đi công tác**	/	出差

7	chắc chắn / 一定
8	nhầm / 錯、誤
9	số / 號碼
10	tiếp khách / 接待客人
11	khách hàng / 客戶
12	và / 和、與
13	địa chỉ / 地址
14	bận / 忙
15	nói / 說、講
16	sẽ / 就、會、將
17	gọi lại / 再打、回撥、回電
18	cho / 給
19	sau / 再、後
20	chuyển máy / 轉接

21 tìm ／ 找

22 Anh Bình ／ 阿平哥

23 bà Ngân ／ 銀女士

Câu mẫu 句型範例

1  030

1 Cô ấy đang bận.
她正忙。

2 Ông ấy đi vắng rồi.
他外出了。

3 Ông gọi nhầm số rồi.
您打錯電話了。

4 Cô ấy vừa đi vào nhà vệ sinh.
她剛去化妝室了。

5 Cô ấy đi ra ngoài rồi.
她外出了。

6 Bà ấy đi công tác rồi ạ.
她出差了。

7 Chắc chắn là ông gọi nhầm số rồi.
您一定打錯電話了。

8 Bây giờ ông ấy đang họp.
現在他正開會。

2 🎧 031

1 Anh ấy đang tiếp khách.
他正在接待客人。

2 Anh ấy đang có khách.
他正有客人在。

3 Bà ấy đi gặp khách hàng.
她去見客戶了。

4 Tôi sẽ gọi lại cho ông sau.
我再打電話給您。

5 Ông có muốn để lại lời nhắn cho bà ấy không?
您想留言給她嗎？

6 Ông có thể để lại tên và địa chỉ được không?
你可以將您的姓名及地址留下來嗎？

7 Năm phút nữa chị gọi lại cho anh ấy.
五分鐘後妳再打給他。

8 Anh Bình đang bận, anh ấy nói sẽ gọi lại cho chị sau.
平先生正在忙，他說會再回電給妳的。

3 🎧 032

1 Ngày mai ông ấy về tôi sẽ báo lại cho ông lịch cụ thể.
明天他回來，我會告訴他詳細的行程。

2 Tôi xin lỗi, ông ấy đang có khách.
不好意思，他正在接待客人。

3 Tôi muốn để lại lời nhắn cho anh Thắng được không?
我可以留言給勝先生嗎？

4 Lúc nào ông ấy rảnh, tôi sẽ bảo ông ấy gọi điện cho bà.
何時他有空，我會請他回電給您。

5 Bây giờ ông ấy rảnh, tôi sẽ chuyển máy cho bà.
現在他有空，我幫您轉接。

6 Ông ấy vừa hỏi anh xong, tôi chuyển máy cho anh.
他剛問起您，我幫您轉接。

7 Hôm qua bà Ngân có gọi điện tìm ông, nhưng ông đi vắng.
昨天銀女士有打電話來找您，但您不在。

8 Bà Trịnh vừa đi ra ngoài, bà ấy bảo anh ở đây đợi bà ấy về.

鄭女士剛外出，她請您在這裡等她回來。

❹ Xin lịch hẹn 預約

 Từ vựng 詞彙 (033)

1 **gặp** ╱ 遇見

2 **ở đâu** ╱ 在哪

3 **hẹn** ╱ 約

4 **mấy giờ** ╱ 幾點

5 **giám đốc** ╱ 經理

6 **bây giờ** ╱ 現在

7 **vào** ╱ 在、於

8 **sáng mai** ╱ 明早

9	việc gấp	/	急事
10	bây giờ	/	現在
11	tiện	/	方便
12	vẫn	/	仍、還
13	chưa	/	還沒、未
14	báo lại	/	回報、再告訴
15	cho	/	給
16	hay	/	知道、好（聽）
17	chị Thủy	/	阿水姐
18	anh Trương	/	張先生
19	ông Trịnh	/	鄭先生
20	ông Bạch	/	白先生

Câu mẫu 句型範例

1 🎧 034

1 Tôi có thể gặp ông ấy ở đâu?
我可以在哪跟他見面呢？

2 Tôi muốn hẹn gặp anh Trương.
我想約張先生見面。

3 Mấy giờ ông ấy về?
他何時回來？

4 Nhờ cô chuyển máy giúp tôi được không?
妳可以幫我轉接嗎？

5 Tôi cần hẹn gặp giám đốc của anh.
我想約見您的經理。

6 Ông có thể để lại lời nhắn cho ông ấy.
您可以留言給他。

7 Ông ấy có thể gặp tôi ngay bây giờ chứ?
他可以馬上見我嗎？

1. Tôi muốn gặp chị Thủy vào sáng mai.
明早我想見水小姐。

2. Tôi đang bận, hẹn bà ấy vào dịp khác vậy.
我正在忙，約她下次吧。

3. Tôi có việc gấp cần gặp ông Trịnh.
我有急事想見鄭先生。

4. Tôi muốn hẹn ông Bạch vào sáng thứ 6.
週五上午，我想見白先生。

5. Ông ấy đang bận hẹn gặp ông vào chiều thứ 5.
他正在忙，約您週四下午見他。

6. Tôi muốn nói chuyện với tổ trưởng của chị.
我想跟你的組長談一談。

3  036

1. Cô ấy muốn hẹn gặp ông vào lúc ba giờ chiều nay.
她想約今天下午三點跟您見面。

2. Sáng mai bà gọi lại số điện thoại này cho ông ấy.
明天上午您再打這個電話號碼給他吧。

3 Vui lòng cho tôi nói chuyện với ông Trịnh được không?

麻煩您讓我跟鄭先生談一談，好嗎？

4 Tôi muốn gặp bà Trương, xin hỏi bây giờ bà ấy có tiện không?

我想見張女士，請問她現在方便嗎？

5 Tôi gọi rất nhiều lần nhưng vẫn chưa gặp được giám đốc, cô có thể giúp tôi không?

我已經打了很多次電話，但還沒見到經理，妳可以幫我嗎？

6 Mấy hôm nay ông ấy không đi làm. Khi nào ông ấy đi làm tôi sẽ báo lại cho anh hay.

這幾天他沒有來上班，何時他來上班我會告訴你。

❺ Để lại lời nhắn 留言

Từ vựng 詞彙 037

1 để lại ╱ 留下

2 lời nhắn ╱ 留言

3	liên lạc / 聯絡
4	được / 能、可以、才
5	Làm thế nào / 怎麼辦？、怎麼做？
6	dễ nhất / 最容易
7	gọi di động / 打手機
8	chị Trần / 陳姊
9	Trần Anh Huy / 陳英輝

Câu mẫu 句型範例

1  038

1. Tôi muốn để lại lời nhắn cho ông ấy.
   我想留言給他。

2. Tôi có thể để lại lời nhắn cho cô ấy không?
   我可以留言給她嗎？

3 Mời bà để lại lời nhắn.
請您留言。

4 Ông có muốn để lại lời nhắn không?
您想留言嗎？

5 Ông cần để lại lời nhắn không?
您需要留言嗎？

6 Xin ông vui lòng gọi điện lại cho tôi.
麻煩您再回電給我。

2 🎧 039

1 Làm thế nào để tôi có thể liên lạc được với bà ấy?
我怎麼做才能聯絡上她呢？

2 Xin cho biết tôi có thể gặp anh ở đâu?
請問，我可以在哪跟您見面呢？

3 Cách liên lạc dễ nhất với anh ấy là gì?
想跟他聯繫最簡單的方法是什麼呢？

4 Tôi có thể gọi di động cho ông ấy không?
我可以打手機給他嗎？

5 Anh nhắn với ông ấy là tôi có gọi điện đến.
請轉告他，我有打電話來。

6 Tôi nên làm gì để có thể liên lạc ngay với bà ấy?
我怎麼做才能馬上連絡到她呢？

7 Cô vui lòng nhắn chị Trần ngày mai gọi điện lại cho
tôi.
麻煩您告訴陳小姐，明天請她回電給我。

8 Tôi là Trần Anh Huy, nhận được lời nhắn phiền ông
gọi lại cho tôi.
我是陳英輝，聽到留言麻煩您回我電話。

❻ Nhắc gọi điện lại 提醒回電

Từ vựng 詞彙 040

1 công ty ／ 公司

2 xưởng trưởng ／ 廠長

3 trưởng phòng ／ 處長

4 nhắn ／ 留言、傳話、轉告

5 phiền ／ 麻煩

6   anh   ／ 你、哥哥

7   đứt   ／ 斷

8   tự nhiên   ／ 自然

9   sự cố   ／ 事故

10   đường dây   ／ 路線

11   sóng yếu   ／ 信號不好

12   nghe   ／ 聽

13   không rõ   ／ 不清楚

14   thợ   ／ 員工、技師、師傅

15   sửa   ／ 修理

16   gọi mãi   ／ 一直打（電話）、一直叫

17   không được   ／ 不行

18   đường dài   ／ 長途

19   quốc tế   ／ 國際

20 lắp ／ 安裝

21 internet / mạng ／ 網路、網、命

22 lớn ／ 大

23 hơn ／ 比

24 một chút ／ 一下

25 nói ／ 說、講

26 chậm ／ 慢

27 lúc nãy ／ 剛才

28 cuộc gọi ／ 電話、來電

29 Trần ／ 陳

30 Vương Hoa ／ 王華

31 Hải ／ 海

1 🎧 (041)

1
Tôi muốn nói chuyện với cô Trần.
我想跟陳小姐通電話。

2
Hãy liên lạc với tôi bằng điện thoại.
請用電話跟我聯絡。

3
Tôi muốn nói chuyện với Sếp của cô.
我想跟妳的上司通電話。

4
Tôi muốn nói chuyện với người phụ trách.
我想跟負責人通電話。

5
Anh có thể bảo ông ấy gọi điện lại cho tôi không?
你可以請他打電話給我嗎？

6
Bà Vương Hoa nhắn ông gọi lại cho bà ấy.
王華女士請您回電給她。

7
Hôm qua họ nhắc chị về thì liên lạc với họ.
他們昨天說，您回來後請跟他們聯繫。

1
Xin ông vui lòng nhắc cô ấy gọi điện cho tôi.
麻煩您請她打電話給我。

2
Cô có thể nhắc ông ấy gọi điện sớm cho tôi chứ?
妳可以提醒他，早點打電話給我嗎？

3
Anh bảo ông ấy có phu nhân vừa gọi tới.
你告訴他，夫人剛來電。

4
Chị gọi điện trả lời cho giám đốc công ty A chưa?
你給A公司的經理回電了嗎？

5
Chào anh, tôi muốn nói chuyện với xưởng trưởng.
你好！我想跟廠長通電話。

6
Hôm qua em quên nhắc anh gọi điện thoại cho trưởng phòng.
昨天我忘了提醒您，打電話給處長。

7
Nhờ anh nhắn với chị Hải 10 giờ sáng mai đến phòng nhân sự để gặp tôi nhé!
請你轉告阿海姐，明天上午十點到人事室來找我吧！

❼ Sự cố đường dây 電信故障

Từ vựng 詞彙 043

1 **A lô** ╱ 喂

2 **nghe** ╱ 聽

3 **rõ** ╱ 清楚、到

4 **lắm** ╱ 太

5 **vâng** ╱ 是

6 **đang** ╱ 在

7 **tự nhiên** ╱ 天然、自然、突然

8 **bị** ╱ 被

9 **đứt mạng** ╱ 斷線

10 **đường dây** ╱ 線路

11 **sự cố** ╱ 故障

12 **sóng yếu** ／ 信號不好

13 **lúc được lúc mất** ／ 時好時壞

14 **mãi** ／ 一直

15 **không được** ／ 不通

16 **đường dây cứ bận** ／ 電話一直忙線中

17 **vui lòng** ／ 麻煩

18 **nói chậm một chút** ／ 說慢一點

19 **nói chuyện điện thoại** ／ 講電話

20 **đứt** ／ 斷

21 **giữa chừng** ／ 中斷

Câu mẫu 句型範例

1 🎧 044

1
A lô, chào anh! Anh có nghe rõ không?
喂，你好!你有聽到嗎？

2
Nghe không rõ lắm.
聽不太清楚。

3
Vâng tôi đang nghe.
是，我在聽呢。

4
Tự nhiên bị đứt mạng.
電話突然斷線。

5
Sóng yếu tôi không nghe rõ.
信號不好，我聽不清楚。

6
Sóng yếu nghe lúc được lúc mất.
信號不好，時好時壞。

(045)

1 Cô ấy gọi mãi nhưng không được.
她一直打，但打不通。

2 Đường dây internet của công ty có sự cố.
公司的網路故障。

3 Tôi gọi mãi nhưng đường dây cứ bận.
我一直打，但電話都忙線中。

4 Ông có thể nói lớn hơn một chút không?
您可以說大聲一點嗎？

5 Ông vui lòng nói chậm một chút được không?
麻煩您說慢一點，好嗎？

6 Lúc nãy đang nói chuyện điện thoại thì bị đứt giữa chừng.
剛才正在講電話就突然被中斷。

❽ Đặt hàng qua điện thoại　電話訂貨

Từ vựng 詞彙　(046)

1　**giao hàng**　／　交貨

2 mã vạch ／ 條碼

3 đúng ／ 對

4 tận nơi ／ 到府

5 đặt mua ／ 訂買

6 mã số ／ 貨號

7 bao nhiêu ／ 多少

8 cái ／ 個、件、條……

9 thanh toán ／ 結算、結帳、請款

10 thẻ tín dụng ／ 信用卡

11 chuyển khoản ／ 匯款

12 tiền mặt ／ 現金

13 ngân hàng ／ 銀行

14 giảm giá ／ 打折、優惠

15 quảng cáo ／ 廣告

Câu mẫu 句型範例

1 🎧 [047]

1 Ông muốn mua gì?
您想買什麼？

2 Khi nào thì bên ông có thể giao hàng?
您何時可以交貨呢？

3 Mã vạch này không đúng.
此條碼不對。

4 Tôi sẽ giao hàng đến tận nơi..
我會送貨到府。

5 Chở hàng đến mới thanh toán.
貨到付款。

6 Tôi muốn đặt mua hàng mã số CB988.
我想訂貨號為CB988。

7 Anh muốn mua bao nhiêu cái?
您買多少個？

1
Tôi muốn mua năm cái bàn.
我想買五張桌子。

2
Mã số sản phẩm là bao nhiêu?
產品的號碼是多少？

3
Xin ông cho tôi biết tên và địa chỉ.
麻煩告訴我，您的姓名及地址。

4
Chị có thể đặt hàng qua điện thoại.
妳可以打電話訂貨。

5
Tôi muốn mua hai cái máy xay sinh tố.
我想買兩台果汁機。

6
Cô có thể thanh toán bằng thẻ tín dụng.
妳可以刷卡付款。

7
Chuyển khoản qua ngân hàng cho tôi.
請您透過銀行轉帳給我。

8
Tôi có thể thanh toán bằng tiền mặt chứ?
我可以用現金支付嗎？

1 Số lượng tôi đặt nhiều có được giảm giá không?
我訂購的數量多，價錢可以優惠一些嗎？

2 Chúng tôi sẽ chuyển đến tận nơi cho cô.
我們可以送貨到府給妳。

3 Anh gọi điện đặt mua giúp tôi 2 cái giường.
您幫我打電話訂購兩張床。

4 Tôi có thể thanh toán tiền hàng bằng cách nào?
我可以透過什麼方式付款呢？

5 Mười lăm ngày nữa kế toán sẽ thông báo cho cô biết.
15天後會計師就會通知妳。

6 Cửa hàng của ông có bán tủ lạnh như ti vi đang quảng cáo không?
您的商店有賣像電視上廣告的冰箱嗎？

BIỂU ĐẠT Ý KIẾN

表達意見篇

Bài 3 > LỜI ĐỀ NGHỊ, BÀY TỎ Ý KIẾN VÀ ỦNG HỘ Ý KIẾN

第三 課 建議、表示意見、支持意見

❶ Lời đề nghị 建議

Từ vựng 詞彙 050

1	mời	/	請
2	anh	/	你、哥哥
3	theo	/	跟著、隨著、隨
4	lối này	/	此路、這邊
5	dự tiệc	/	參加宴會
6	loại	/	種、類
7	này	/	這、此
8	tốt	/	好、棒

9　rẻ　／　便宜

10　mong　／　希望

11　ông　／　您、爺爺、先生

12　bà　／　您、奶奶、女士

13　tạo　／　給予（條件）、製造、造

14　điều kiện　／　條件、標準

15　đề xuất　／　提議、建議

16　ý kiến　／　意見

17　cử　／　派

18　sẽ　／　會

19　giúp　／　幫助、協助

20　chuyên gia　／　專家

21　có　／　有

22　khả năng　／　可能

23 đồng ý ／ 同意、贊同

24 trách nhiệm ／ 責任

25 sản phẩm ／ 產品

26 việc ／ 事

27 bàn bạc ／ 商談、討論

28 muốn ／ 想、要

29 điều khoản ／ 條款

30 đào tạo ／ 培養、培訓

31 thông tin ／ 信息、資訊

32 lưu ý ／ 留意、注意

33 quy cách ／ 規格、尺寸

34 tiến độ ／ 進度

35 chương trình ／ 議程、行程、節目

36 năng lực ／ 能力

37 tay nghề ／ 手工、技術

1

1. Mời anh đi theo tôi.
   請您跟著我走。

2. Ngày mai xuất hàng.
   明天出貨。

3 Chúng ta đi theo lối này.
我們往這邊走。

4 Tôi muốn mời anh đi dự tiệc.
我想請您去參加宴會。

5 Ông mua loại này tốt hơn.
您買這種更好。

6 Bảo cô ấy gọi điện lại cho tôi.
請她回我電話。

2  052

1 Giá hàng này rẻ hơn, cô nên đặt loại này.
這種貨物價格更低，您應該訂這種吧。

2 Mong ông bà tạo điều kiện cho chúng tôi.
希望你們給我們創造機會。

3 Anh đề xuất ý kiến cho chúng tôi được không?
請您給我提出一點建議，好嗎？

4 Chúng tôi sẽ cử chuyên gia sang giúp anh.
我們會派專家來幫你的。

5   Nếu tôi có khả năng, tôi sẽ giúp bà ngay.
若我有能力，我會馬上幫助你。

6   Nếu bà đồng ý, tôi có thể tự mình làm lấy.
若您同意，我可以自己做／處理的。

1   Phải có trách nhiệm với việc kiểm tra hàng hóa.
對產品的檢驗要有責任。

2   Tôi muốn giới thiệu sản phẩm này với anh chị.
我想給你們介紹這種產品。

3   Tôi cho rằng việc này chúng ta nên bàn bạc lại.
我認為這件事我們應該再協商。

4   Tôi nghĩ không có việc gì mà anh ấy không làm được.
我想沒有什麼事他不能做的。

5   Tôi muốn cô ấy đồng ý điều khoản mà chúng tôi đưa ra.
我希望她接受我們所提出的條款。

6   Tháng sau chúng tôi sẽ giúp công ty anh đào tạo nhân viên.
下個月我們會幫您公司培訓人才。

1

Lát nữa, anh cung cấp cho ông ấy các thông tin về hàng hóa.

等一下你提供貨物的資料給他。

2

Anh lưu ý một chút khi sản xuất hàng phải đúng quy cách.

你注意一下，產品生產時要符合規格。

3

Ngày mai em phải đặt hàng ngay, nếu không sẽ không kịp để xuất hàng.

明天你要馬上訂貨，要不然來不及出貨。

4

Tiến độ sản xuất như vậy là quá chậm, các anh có thể nhanh tay hơn được không?

這樣的生產進度太慢了，你們的動作可以快一點嗎？

5

Năm nào công ty cũng có chương trình huấn luyện về phòng cháy chữa cháy.

每年公司都有進行防火救災的訓練計畫。

6

Có phải ông muốn đề nghị việc chú trọng hơn về năng lực và tay nghề của công nhân không?

您是否想提出建議，關於提升員工技術和能力，是嗎？

❷ Bày tỏ ý kiến 表示意見

Từ vựng 詞彙 055

1	nhất trí	同意、贊同
2	tán thành	贊成
3	phản đối	反對
4	hài lòng	滿意
5	không thành	不成
6	vấn đề	問題
7	suy nghĩ	考慮、思考
8	biết ơn	知恩、感恩
9	như vậy	如此
10	bất cứ	無論
11	tương tự	相似

12 dịch vụ / phục vụ ／ 服務

13 khách hàng ／ 客戶、客人

14 mọi người ／ 大家、你們

15 nghi ngờ ／ 懷疑

16 đánh giá ／ 評價

17 lời ／ 話、話語

18 nhận xét ／ 評估、評論

19 bản ／ 圖、版、板

20 thiết kế ／ 設計

21 chấp nhận ／ 同意（於）、認同、接受

22 phương án ／ 方案、專案、辦法

23 rất ／ 很

24 hay ／ 不錯、很好、好（聽）、還是

25 một ／ 一

26　vài　／　些

27　nhược điểm　／　弱點

28　khắc phục　／　克服

29　đầu tư　／　投資

30　giải pháp　／　辦法、解決辦法

31　giải thích　／　解釋、說明

32　cặn kẽ　／　清楚、仔細、詳細

33　lợi nhuận　／　利潤

34　cấp trên　／　上司、長官、主管

35　duyệt　／　批准、核准

36　không ổn　／　不妥當、不穩定

37　lựa chọn　／　選擇、篩選

38　ý hay　／　很好的意見

39　chán ngắt　／　厭煩、膩

40	tuyệt vời	/	很棒、極美、超級棒
41	quá đẹp	/	太好看了、太美了
42	lố bịch	/	丟臉、丟人現眼
43	trúng kế	/	中計
44	xảo quyệt	/	狡猾
45	cẩn thận	/	謹慎、小心
46	phong cách	/	風格
47	thích	/	喜歡
48	ghét	/	討厭
49	dĩ nhiên	/	當然
50	đừng	/	別
51	để	/	讓、為了、放
52	hoàn toàn	/	完全
53	điểm	/	點、分數

Câu mẫu 句型範例

1　🎧 056

1　Tôi không có ý kiến.
我沒有意見。

2　Tôi phản đối.
我反對。

3　Tôi nhất trí.
我同意。

4　Tôi hài lòng.
我很滿意。

5　Ý kiến này rất hay.
這個建議很好。

6 Tôi không đồng ý.
我不贊同。

7 Một ý kiến rất tồi.
很差的建議。

8 Góp ý không đúng lúc.
此時提出這建議真不是時候。

9 Để chúng tôi giúp ông.
讓我們幫您。

10 Không thành vấn đề!
不成問題／沒問題！

2 🎧 057

1 Tôi cho rằng anh nói rất đúng.
我認為你說得很對。

2 Đây là ý kiến của cá nhân tôi.
這是我個人的意見。

3 Giám đốc của chúng tôi có ý kiến góp ý.
我們的經理有建議要提。

4 Tôi rất vui được giúp đỡ anh chị.
我很榮幸能夠協助你們。

5　Tôi cho rằng anh nên suy nghĩ lại.
我認為你應該再考慮一下。

6　Việc này anh không cần góp ý đâu.
這件事你不用提供建議的啦。

3　🎧058

1　Đó là những gì mà tôi cho là đúng.
那些事情我認為是正確的。

2　Tôi rất biết ơn cô đã giải vây giúp tôi.
感謝您已經為我解圍。

3　Nếu là tôi, anh cũng sẽ làm như vậy thôi.
若你是我，你也會這樣做的。

4　Bất cứ thời gian nào tôi cũng có thể giúp ông.
任何時候我都可以協助您的。

5　Tôi tin rằng nếu ở vào vị trí của tôi, ông cũng sẽ làm như vậy.
我相信若你站在我的立場，你也會這樣做的。

6　Tôi tin rằng cô sẽ làm theo những gì mà cô cho là đúng.
我相信你會按你的想法去做。

7 Anh rất hài lòng về dịch vụ phục vụ khách hàng của
công ty em.
我對你公司的客戶服務很滿意。

4  059

1 Tôi đồng ý 100%.
我完全贊同。

2 Tôi rất ghét cô ta.
我很討厭她。

3　Dĩ nhiên là không rồi.
當然不是了。

4　Tôi hoàn toàn đồng ý.
我完全同意。

5　Tôi không đồng ý.
我不贊同。

6　Điều đó thật là lố bịch.
這真丟臉。

7　Ở đây có mấy vấn đề chính.
這裡有幾個主要的問題。

5　🎧 060

1　Đừng để trúng kế của cô ta.
別中她的計。

2　Tôi nghĩ là anh đúng hoàn toàn.
我想你是完全正確的。

3　Kế hoạch này có ba điểm cần chú ý.
這個計畫有三個需要注意的問題。

4　Họ rất xảo quyệt, chị phải cẩn thận.
他們很狡猾，妳要小心。

5 Tôi cho rằng cô ta là người rất tính toán.
我認為她是計較的人。

6 Tôi không thích phong cách làm việc của cô ta.
我不喜歡她工作的作風。

6 🎧 061

1 Ý hay!
好主意！

2 Thật tồi!
真差勁／真不好！

3 Chán ngắt.
無聊／厭煩。

4 Tuyệt vời!
真棒！

5 Quá đẹp!
太美了！

❸ Ủng hộ ý kiến 支持意見

Từ vựng 詞彙 062

1	ủng hộ / 支持
2	không hề / 一點也不、沒有
3	sai / 錯
4	đúng / 對
5	đều / 都、均勻
6	cho rằng / 認為、想
7	hoàn toàn / 完全
8	đứng / 站、立（正）
9	về / 偏於、關於、回去
10	phía / 邊、方
11	nghi ngờ / 懷疑、起疑
12	điều / 條、調

13 này ／ 這

14 đánh giá ／ 評價

15 cao ／ 高

16 lời nhận xét ／ 評語

17 làm theo ／ 跟著做、照做

18 bản thiết kế ／ 設計圖

19 hiểu ／ 懂

20 quan điểm ／ 觀點

21 chấp nhận ／ 接受

22 nhưng ／ 但是

23 sợ rằng ／ 恐怕、擔心

24 xin ／ 申請、請

25 nghỉ việc ／ 離職

26 Hứa ／ 許、承諾

27 Bình ／ 平、評、屏

1 🎧 063

1. Tôi ủng hộ anh.
   我支持你。

2. Cô không hề sai.
   你沒有錯。

3. Chị hoàn toàn đúng.
   你是完全正確的。

4. Tôi cho rằng bạn đúng.
   我認為你是對的。

5. Mọi người đều đồng ý.
   大家都同意。

6. Tôi hoàn toàn đứng về phía cô.
   我完全站在妳這一邊。

7. Mọi người đều ủng hộ ông Trịnh.
   大家都支持鄭先生。

1 Tôi tán thành ý kiến của anh Hứa.
我贊成許先生的意見。

2 Tôi không hề nghi ngờ điều này.
我對這個問題沒有任何懷疑。

3 Tôi đánh giá cao lời nhận xét của anh.
我對你的意見有很高的評價。

4 Anh cứ làm theo bản thiết kế của mình.
你儘管按自己的設計去做吧。

5 Công ty hoàn toàn ủng hộ tổ trưởng Bình.
公司完全支持阿平組長。

6 Tôi hiểu quan điểm của anh và tôi sẽ ủng hộ anh.
我理解你的觀點並支持你。

7 Việc này muốn được giám đốc chấp nhận thì không có gì gọi là khó cả.
這件事若想得到經理的同意並不難。

8 Tôi ủng hộ anh, nhưng sợ rằng xưởng trưởng không thể chấp nhận việc anh xin nghỉ việc.
我支持你，但只是擔心廠長不會同意讓你辭職。

Bài 4 > CAM KẾT, TỪ CHỐI, CẢM ƠN VÀ XIN LỖI
第四課　承諾、拒絕、致謝及歉意

❶ Cam kết (Hứa) 承諾

Từ vựng 詞彙 065

1	cam kết	保證
2	hứa	承諾、保證
3	cấp vốn	提供資金
4	kỹ sư	技師
5	giỏi	好、棒
6	lao động	勞動、勞工
7	thắng	勝、贏
8	đấu thầu	標案、投標

| 9 | hợp đồng | / | 合約 |

| 10 | đúng hạn / đúng hẹn | / | 按時、準時 |

| 11 | giải quyết | / | 解決 |

| 12 | thay đổi | / | 改變、變更 |

| 13 | nhân công | / | 員工 |

| 14 | địa phương / nơi | / | 地方、當地 |

| 15 | hoàn tất / xong / hoàn thành | / | 完成 |

| 16 | quan hệ | / | 關係 |

| 17 | lâu dài / bền | / | 長久 |

| 18 | nước ngoài | / | 外國、國外 |

Câu mẫu 句型範例

1 🎧 066

1 Tôi hứa. (Tôi cam đoan.)
我保證。

2 Tôi cam kết sẽ cấp vốn theo yêu cầu.
我承諾會按需求提供資金。

3 Tôi đã tuyển được một kỹ sư giỏi.
我已經聘了一位好的技師。

4 Tiến độ xây dựng sẽ được thực hiện kịp thời.
建設的進度會及時進行。

5 Chúng tôi dự định thuê lao động trong nước.
我們打算雇用國內勞工。

6 Chúng tôi sẽ thắng trong vụ đấu thầu dự án này.
此標案我們會勝利的。

7 Ông cứ yên tâm, chúng tôi chắc chắn sẽ trúng thầu.
您放心吧，我們一定會得標的。

2 🎧 067

1 Công ty chúng tôi sẽ ký được hợp đồng này.
我們公司會拿到該合約。

2 Tôi bảo nhân viên mang sang ngay bây giờ cho ông.
我請員工馬上拿過去給您。

3 Chúng tôi sẽ xuất hàng đúng hạn.
我們會準時出貨。

4 Tôi sẽ giải quyết ngay cho ông.
我們會立刻幫您處理。

5 Tôi hứa sẽ thực hiện xong sớm kế hoạch này.
我承諾儘快完成該計畫。

6 Kế hoạch nhập và xuất hàng không có gì thay đổi.
進出口的計畫沒有任何改變。

3 🎧 068

1 Chúng tôi muốn sử dụng nhân công tại địa phương.
我們想使用當地的勞工。

2 Chúng tôi đảm bảo sẽ hoàn tất công trình này trong tuần tới.
我們保證下星期會完成該工程的。

表達意見篇

3 Chúng tôi quyết định thiết lập mối quan hệ làm ăn lâu dài với công ty B.

我們決定與B公司建立長久的合作關係。

4 Chúng tôi sẽ nghiêm túc thực hiện theo các quy định trong hợp đồng.

我們會依照合約規定去執行。

5 Chúng tôi muốn giữ quyền hợp tác với các công ty nước ngoài.

我們想保持與外國公司合作的權利。

6 Chúng tôi đề nghị sử dụng vật liệu và thiết bị xây dựng trong nước.

我們會建議使用國內的設備和物料。

7 Họ sẽ đại diện cho khách hàng quyết định các vấn đề liên quan tới kỹ thuật.

他們會代表客戶決定與技術有關的問題。

❷ Từ chối 拒絕

Từ vựng 詞彙 069

1   **trái** ／ 左邊、違反、左、反

2　không thể ／ 不能、不可以

3　đáp ứng ／ 答應、同意、供應

4　thông cảm ／ 諒解、體諒

5　bận ／ 忙

6　cần ／ 需要

7　đợi ／ 等、等待

8　từ chối ／ 拒絕

9　lí do ／ 理由

10　phù hợp ／ 符合

11　Trịnh ／ 鄭

12　Hứa ／ 許

13　Bình ／ 平、評

14　Bạch ／ 白

1 🎧 070

1 Xin lỗi chị, tôi có việc phải đi ngay.
不好意思，我有事要馬上外出。

2 Xin lỗi, bây giờ tôi rất bận.
不好意思，現在我很忙。

3 Nội dung này không phù hợp.
此內容不太適合。

4 Giám đốc chưa ký duyệt.
經理還沒批准。

5 Năng lực của ông ấy rất kém.
他的能力很差。

6 Anh thông cảm, tôi đang bận.
我正在忙，請您諒解。

7 Cô không cần đợi ông ấy đâu.
妳不用等他哦！

8 Khi nào thì tôi có thể gọi lại cho ông?
我什麼時候可以再打電話給您呢？

1 Anh xem lại nội dung dự án mới đi.
您再看一下新專案的內容吧。

2 Tôi không quan tâm đến kế hoạch này.
我不關心這個計畫。

3 Ông không từ chối khi tôi hẹn gặp ông chứ?
我約您的時候，您不會拒絕吧？

4 Tôi thấy anh ta không phù hợp với công việc này.
我覺得他不太適合這份工作。

5 Cô biết lí do tôi từ chối không tiếp ông ấy là gì không?
你知道我拒絕接待他的理由是什麼嗎？

6 Mọi người thường từ chối việc bán hàng qua điện thoại.
通常電話推銷產品，都會被大家拒絕。

7 Chương trình học này không phù hợp với yêu cầu của công ty chúng ta.
這個課程不符合我們公司的需求。

❸ Cảm ơn 致謝

Từ vựng 詞彙

1	cảm ơn	/	感謝、感恩
2	chu đáo	/	周到
3	cảm kích	/	感激
4	báo đáp	/	報答、報恩
5	chăm chỉ	/	認真
6	thận trọng	/	謹慎
7	lấy gì	/	用什麼、拿什麼
8	để	/	為了
9	thật sự	/	真的
10	trả ơn	/	報恩、還願
11	hết	/	盡、完

12	**mọi việc** / 所有事情
13	**vô cùng** / 非常、極
14	**đánh giá** / 評價
15	**đúng lúc** / 剛好、來得及、正時
16	**có dịp** / 有機會

Câu mẫu 句型範例

1

1　Cô chu đáo quá.
　　您太周到了。

2　Bà cẩn thận quá.
　　您太謹慎了。

3　Tôi rất biết ơn bà.
　　我很感激您。

4 Anh rất thông minh.
你很聰明。

5 Cảm ơn anh đã cứu tôi.
感謝你救了我。

6 Tôi thành thật cảm ơn bà.
我真心地感謝您。

7 Cảm ơn cô đã khuyên tôi.
感謝妳開導了我。

2 🎧 (074)

1 Anh là người rất thận trọng.
你是很謹慎的人。

2 Cảm ơn anh đã làm giúp tôi.
感謝你先幫我做好了。

3 Tôi không biết lấy gì để cảm ơn bà.
我不知道如何來感謝您。

4 Thật sự tôi không thể trả ơn hết cho ông.
我真的無法報答完您的恩情。

5 Tôi vô cùng biết ơn anh.
我非常感激您。

6　Cảm ơn gia đình ông bà đã giúp tôi mọi việc.
感謝您們家幫我的一切。

3　

1　Tôi đánh giá cao về những gì anh đã làm cho công ty.
我非常認同您對公司所作的一切。

2　Cô là một nhân viên rất chăm chỉ công ty chúng tôi vô
cùng cảm ơn cô.
妳是一位很認真的員工，我們公司非常感謝妳。

3　Ông là một người tốt, vợ chồng tôi vô cùng biết ơn.
您是個好人，我們夫妻倆感激不盡。

4　Cảm ơn anh đã giúp tôi mang hành lý lên phòng.
謝謝你幫我把行李搬到房間裡。

5　Tôi rất cảm kích việc bà đã giúp cô ấy đúng lúc!
我非常感激您及時幫她！

6　Tôi mong có dịp được trả ơn cô vì đã giúp con trai tôi.
我希望有機會報答，妳幫我兒子的恩情。

❹ Xin lỗi 致歉

Từ vựng 詞彙

1	**xin lỗi**	/	對不起、抱歉
2	**bỏ qua**	/	放過
3	**tha thứ**	/	原諒
4	**một chút**	/	一下
5	**e rằng**	/	恐怕
6	**bồi thường**	/	賠償
7	**cáo lỗi**	/	抱歉
8	**thực sự**	/	確實
9	**có lỗi**	/	對不起
10	**đừng nghĩ thế**	/	別這樣想
11	**hàng sẵn**	/	現貨

12	**quấy rầy**	/	打擾
13	**chậm hơn**	/	比較慢
14	**nói nhỏ**	/	說話小聲、輕聲細語
15	**sự cẩu thả**	/	疏忽、大意、不用心
16	**lần tới / lần sau**	/	下次

Câu mẫu 句型範例

1 🎧 077

1 Xin lỗi anh.
對不起。（哥哥，對不起。）

2 Mong anh bỏ qua.
希望你原諒。

3 Xin ông thứ lỗi.
請您諒解。

4 Xin anh thứ lỗi cho.
請你原諒。

5 Xin lỗi, tôi đã sai rồi.
對不起，我錯了。

6 Thành thật xin lỗi ông.
真心的向您道歉。

7 Tôi thực sự có lỗi với anh.
我確實對不起你。

2 🎧 078

1 Mong ông bà đừng nghĩ thế.
希望您們不要這麼想。

2 Chúng tôi không có hàng sẵn.
我們沒有現貨。

3 Xin lỗi, chúng tôi hết mẫu này.
不好意思，這個款式我們沒有了。

4 Anh ra xin lỗi khách hàng đi.
你去向客戶說抱歉吧。

5 Xin lỗi, mẫu này vừa bán hết.
不好意思，這個款式剛賣完了。

6 Xin lỗi cô, hôm nay hết hàng rồi.
不好意思，今天我們沒貨了。

7 Chúng tôi xin lỗi vì đã quấy rầy ông.
不好意思，我們打擾您了。

3 🎧 079

1 Xin lỗi hàng đến chậm hơn 2 ngày.
不好意思，貨晚兩天才到。

2 Tôi không tìm thấy hàng mà cô cần.
我找不到妳要的貨品。

3 Xin lỗi, chúng tôi đã bán hết loại đó.
不好意思，那一種我們已經賣完了。

4 Xin ông vui lòng nói nhỏ một chút.
不好意思，麻煩您講話小聲一點。

5 Cô ấy sẽ đổi ngay hàng mới cho chị.
她會馬上給妳換新的。

6 Xin lỗi, tôi không hiểu cô đang nói gì?
不好意思，我不懂妳在說什麼？

4

1. Mong anh tha thứ cho sự cẩu thả của tôi.
希望你原諒我的疏忽。

2. Tôi thật sự không cố ý, mong ông bỏ qua cho.
我真的不是故意的，請您諒解。

3. Tôi thành thật xin lỗi vì đã làm phiền ông bà.
真的非常抱歉，打擾您們了。

4. Xin lỗi, chúng tôi sẽ trả tiền bồi thường cho cô.
對不起，我們會賠償給妳。

5. Tôi sơ ý quá, thành thật cáo lỗi với quý công ty.
因為我的疏忽，在此向貴公司表示歉意。

6. Xin lỗi, chúng tôi không thể giúp được gì cho bà.
對不起，我們幫不了您。

5

1. Chúng tôi sẽ gọi điện cho ông ngay khi hàng đến.
貨到後我們會立即打電話告知您。

2. Xin lỗi, tôi không thể làm theo yêu cầu mà bên anh đưa ra.
對不起，我不能按貴方所提出的要求去做。

3 Hai ngày nữa chúng tôi có thể cung cấp hàng cho công ty anh.

兩天後我們可以為您公司供貨。

4 Tôi hy vọng bà sẽ cho tôi cơ hội để làm tốt hơn vào lần tới.

我希望您能再給我一個機會，讓下次做得更好。

5 Vì vấn đề cô yêu cầu trái với quy định của công ty, nên chúng tôi không thể đáp ứng được, mong cô thông cảm.

因為妳所提的要求不符合公司的規定，因此我們不能答應妳，請妳諒解。

6 Tôi xin lỗi anh vì hàng đến muộn.

很抱歉，因為貨遲到了。

7 Đến bây giờ bên anh vẫn chưa nhận được hàng, chúng tôi thành thật xin lỗi.

至今你們仍未收到貨，我們感到非常抱歉。

表達意見篇

THỊ TRƯỜNG

市場篇

Bài 5 > KHẢO SÁT THỊ TRƯỜNG

第五課　　市場調查

❶ Cung và cầu 供應與需求

Từ vựng 詞彙 082

1	**giá**	／	價格
2	**cung**	／	供
3	**cầu**	／	求
4	**cao**	／	高
5	**thấp**	／	低、矮
6	**hơn**	／	比、更、超過
7	**giảm**	／	減、少
8	**nhu cầu**	／	需求

9 tiêu thụ ／ 消費

10 ngày ／ 日、天、號

11 càng ngày ／ 越來越

12 tăng ／ 增加、增、漲

13 tăng ca ／ 加班

14 lượng ／ 數量、量

15 hàng ／ 貨、店

16 hàng hóa ／ 貨物

17 không ／ 不、沒

18 đủ ／ 夠

19 xuất ／ 出

20 thanh toán ／ 結算、結帳、請款

21 gửi ／ 寄

22 theo ／ 依據、根據

23 đơn ／ 單子、書、單

24 đặt hàng ／ 訂貨

25 xuất hàng ／ 出貨

26 rút tiền ／ 領錢、提款

27 máy ATM ／ 提款機、自動提款機

28 thực phẩm ／ 食品

29 sạch ／ 乾淨

30 mua sắm ／ 購物、採購

31 đường ／ 路、糖、線條

32 hàng không ／ 航空

33 chi phí ／ 經費、花費

Câu mẫu 句型範例

1 🎧 083

1 Giá cung cao hơn giá cầu.
供應價高於需求價。

2 Giá cung thấp hơn giá cầu.
供應價低於需求價。

3 Nhu cầu tiêu thụ ngày càng tăng.
銷售需求日益增多。

4 Tết không ai có nhu cầu tăng ca.
春節沒有人有加班的意願。

5 Lượng hàng này không đủ để xuất.
這種貨物量不夠出口。

6 Chúng tôi phải thanh toán giá cao hơn.
我們要付出高價。

7 Hàng này không phù hợp với thị hiếu của khách hàng.
此貨品不符合客戶的需求。

1 Hàng hóa sẽ được gửi theo đơn đặt hàng.
貨物將會按訂單順序出貨。

2 Nhu cầu rút tiền qua máy ATM ngày càng nhiều.
透過ATM機提款的人越來越多。

3 Gần đây nhu cầu tiêu thụ thực phẩm sạch rất lớn.
最近對有機食品的需求量很大。

4 Trong khu vực này nhu cầu mua sắm hàng hóa rất thấp.
這個地區購物需求量很低。

5 Mức thu nhập không cao, nên không có nhu cầu mua sắm.
收入不高，因此沒有購物的需求。

6 Gửi hàng bằng đường hàng không, không tốn nhiều thời gian nhưng chi phí cao.
空運不需要花很多時間，不過運費較高。

7 Việc điều tra thị trường là rất quan trọng.
市場調查是很重要的。

8 Tôi nghĩ muốn thành công thì phải tìm hiểu và điều tra thị trường.
我想，若要成功就必須要先調查並了解市場。

❷ Tìm hiểu thị trường 瞭解市場

Từ vựng 詞彙 085

1	**thị trường** ／ 市場
2	**gì** ／ 什麼
3	**thay đổi** ／ 變換
4	**vải** ／ 布料
5	**được** ／ 好、行
6	**nhập** ／ 進、入
7	**về** ／ 回來、關於
8	**vượt** ／ 越過、超過
9	**cung cấp** ／ 提供
10	**số lượng** ／ 數量
11	**rất** ／ 很

115

12　nhiều ／ 多

13　hàng tốt ／ 好貨

14　rẻ ／ 便宜

15　chúng tôi ／ 我們

16　sẽ ／ 會

17　nhận ／ 收到

18　lô ／ 批

19　công an ／ 公安

20　kinh tế ／ 經濟

21　điều tra ／ 調查

22　vụ việc ／ 事務

23　giám đốc ／ 經理

24　khảo sát ／ 考察

25　muốn ／ 想

26 tìm hiểu ／ 瞭解

27 tình hình ／ 情況

28 thực tế ／ 實際

29 thị hiếu ／ 需求

30 khách hàng ／ 客戶

31 hoàn tất ／ 完畢

32 thủ tục ／ 手續

33 đầu tư ／ 投資

34 năm ngoái ／ 去年

35 khả năng ／ 可能、能力

36 nhập khẩu ／ 進口

37 tiêu thụ ／ 銷售

38 ra sao ／ 怎麼樣

39 chính trị ／ 政治

40　**kết quả**　／　結果

41　**tích cực**　／　積極

Câu mẫu 句型範例

1　🎧 086

1　Thị trường hiện nay có gì thay đổi?
市場上目前有什麼變化嗎？

2　Một lượng vải lớn đã được nhập về.
剛剛進口一大批布料。

3　Hiện nay thị trường cung đã vượt cầu.
目前的市場供過於求。

4　Bây giờ, trên thị trường có rất nhiều hàng tốt, lại rẻ.
現在市場上好貨多的很，而且也便宜。

5　Ba tuần nữa chúng tôi sẽ nhận được lô hàng mới.
三個星期後，我們會收到一批新貨。

6 Bạn có thể cung cấp số lượng là bao nhiêu?
你可以提供多少數量？

7 Công an kinh tế hứa sẽ điều tra vụ việc này.
經濟公安承諾將會審查該案件。

2 🎧 087

1 Tháng trước giám đốc đã đi khảo sát thị trường.
上個月經理去考察過市場了。

2 Tôi rất muốn tìm hiểu tình hình thực tế hiện nay.
我很想瞭解目前實際的情況。

3 Hai năm nữa thị hiếu của khách hàng sẽ thay đổi.
兩年後消費者的需求會有變化的。

4 Chúng tôi sẽ điều tra ngay thị hiếu của khách hàng.
我們將會馬上調察消費者的需求。

5 Tháng trước công ty A hỏi và đã mua năm tấn cà phê rồi.
上個月A公司已詢問且買了五噸咖啡。

6 Hai ngày trước tôi đã hoàn tất thủ tục khảo sát và đầu tư.
兩天前我已經做完投資和考察的手續了。

7 Tôi xin báo cáo việc cung cấp hàng trong mấy ngày nay.
讓我來報告這幾天供貨的事。

1 Cách đây vài tháng ông ấy đã sang Việt Nam để điều tra thực tế rồi.
幾個月前他已經到了越南進行實際考察了。

2 Năm ngoái họ đã hỏi chúng tôi về thị trường đầu tư tại Việt Nam.
去年他們已經詢問我們，關於越南市場的投資。

3 Cô tìm hiểu giúp tôi về khả năng nhập khẩu hàng hóa từ Hàn Quốc.
妳幫我瞭解從韓國進口貨物的可能性。

4 Bà vui lòng cho tôi biết tình hình hàng hóa trên thị trường tiêu thụ ra sao?
麻煩您告訴我，貨物在市場銷售的情況？

5 Bây giờ anh cho chúng tôi biết tình hình chính trị ở trong nước như thế nào?
現在麻煩您告訴我們，國內政治的情況如何？

❸ Nghiên cứu thị trường 研究市場

Từ vựng 詞彙

1	**kỹ thuật**	/	技術
2	**tiên tiến**	/	先進
3	**không kém**	/	不差
4	**lãng quên**	/	淡忘、遺忘
5	**sản phẩm**	/	產品
6	**lạc quan**	/	樂觀
7	**nghiên cứu**	/	研究
8	**mẫu mới**	/	新樣品
9	**hầu hết**	/	大部分
10	**sử dụng**	/	使用
11	**máy tính**	/	電腦

12 thực phẩm ／ 食品

13 nét ／ 清楚

14 khác biệt ／ 區別、差異

15 rất ít ／ 很少

16 chứng kiến ／ 見證

17 sự phát triển ／ 發展

18 hàng mẫu ／ 樣品

19 ưa chuộng ／ 受歡迎

20 đang ／ 正在

21 bán ／ 賣

22 (sản phẩm bán) rất chạy ／ 搶手貨

23 tuyệt vời ／ 棒

24 đại đa số ／ 大多數

25 hứng thú ／ 興趣

26	mục tiêu	/	目標
27	chúng ta	/	咱們
28	lớn	/	大
29	các	/	各
30	cơ quan	/	機關
31	chính phủ	/	政府
32	thịnh hành	/	流行
33	cũ kĩ	/	老舊
34	cạnh tranh	/	競爭
35	Việt Nam	/	越南
36	Đài Loan	/	臺灣
37	Nhật	/	日本
38	Hàn Quốc	/	韓國
39	Miến Điện	/	緬甸

Câu mẫu 句型範例

1 🎧 090

1
Kết quả điều tra thị trường rất khả quan.
市場考察的結果很不錯。

2
Kỹ thuật của Nhật rất tiên tiến.
日本的技術很先進。

3
Đài Loan cũng không kém gì Nhật.
臺灣也沒有日本差。

4
Tôi được nghe nhiều về công ty anh.
我已經多次聽到你公司的情況了。

5
Cũng có một số sản phẩm bị lãng quên.
也有一些產品被人淡忘。

6
Đây là sản phẩm mới nhất của chúng tôi.
這是我們公司最新的產品。

2 🎧 091

1
Tôi rất lạc quan về việc đầu tư vào thị trường ở Việt Nam.
對於投資越南市場我很樂觀。

2 Chúng ta cần phải nghiên cứu ra mẫu mới.
我們要研究出新的樣品。

3 Hầu hết họ cần sử dụng máy tính của chúng ta.
他們幾乎都需要使用我們的電腦。

4 Nên dùng thực phẩm nhập từ Đài Loan.
應該使用從臺灣進口的食品。

5 Sản phẩm của chúng ta và sản phẩm cùng loại khác
không có gì khác biệt lắm.
我們與同種類產品差異卻不大。

6 Anh có thể giới thiệu về công ty của anh không?
你可以介紹一下你的公司嗎？

3 🎧092

1 Tôi đã trực tiếp chứng kiến sự phát triển của công ty.
我已經直接見證到公司的發展。

2 Tôi không tin lắm về số liệu báo cáo của công ty B.
我不太相信B公司所報告的數據。

3 Thị trường hiện nay không phải hoàn toàn như vậy.
目前的市場完全不是這樣的。

4 Thị trường hiện nay không đơn giản như anh nghĩ.
目前的市場，不像你想的這麼簡單。

5 Phần lớn các công ty đều sử dụng hàng của chúng tôi.
大多數公司都使用我們公司的產品。

6 Nên tìm hiểu thị trường trước khi nghiên cứu hàng mẫu.
應該先暸解市場才研發樣品。

4

1 Trên thị trường có một số sản phẩm rất được ưa chuộng.
有一些產品在市場上很受歡迎。

2 Sản phẩm này đang bán rất chạy ở các nước trên thế giới.
此產品在各國家都是搶手貨。

3 Khách hàng ưa chuộng sản phẩm mới là điều tuyệt vời nhất.
消費者接受新產品是最棒的事。

4 Sản phẩm điện tử của Hàn Quốc và Nhật Bản rất được ưa chuộng.
韓國和日本的電子產品很受歡迎。

5 Tôi thấy thị trường hiện nay thiên về thị hiếu của khách hàng hơn.
我覺得現在的市場，偏向於消費者的需求。

6 Đại đa số đồ điện gia dụng ở Việt Nam đều dùng hàng của Nhật và Hàn.
在越南大多數家電產品都是日本和韓國的。

5

1 Chúng tôi rất có hứng thú với kết quả nghiên cứu thị trường ban đầu.
我們對研究市場初步的結果非常感興趣。

2 Mục tiêu thị trường của chúng ta là các công ty lớn và các cơ quan chính phủ.

我們市場的目標是各大企業和政府機關。

3 Hàng mẫu phải mốt và thịnh hành, không được quá cũ hay lỗi thời.

樣品要新式和流行，不能太老氣或過時。

4 Công ty phải sản xuất theo thị hiếu của khách hàng.

公司要依消費者的需求，來決定生產產品。

5 Sản phẩm của chúng tôi rất có giá trị cạnh tranh trên thị trường quốc tế.

我們的產品在國際市場上很有競爭力。

6 Dựa theo số liệu điều tra, công ty quyết định đầu tư vào thị trường Miến Điện.

依調查結果，我們公司決定在緬甸投資。

Bài 6 > BÁO GIÁ, SO SÁNH GIÁ VÀ GIẢM GIÁ
第六課　報價、比價及折價

❶ Báo giá 報價

Từ vựng 詞彙 095

1	**báo giá** / 報價
2	**chính xác** / 正確
3	**hy vọng** / 希望
4	**suy nghĩ** / 思考
5	**quyền** / 權
6	**quyết định** / 決定
7	**xem xét** / 考慮
8	**nhiều** / 多

9   **loại hàng**   ／   貨的種類

10   **hấp dẫn**   ／   吸引

11   **đối chiếu**   ／   對照

12   **ưu đãi**   ／   優惠

13   **quốc tế**   ／   國際

14   **phù hợp**   ／   符合

15   **hiệu lực**   ／   效力

16   **kiểm tra**   ／   檢查

17   **thương lượng**   ／   商量

18   **sớm nhất**   ／   最早

19   **rẻ hơn**   ／   比較便宜

20   **vui lòng**   ／   麻煩

21   **ngạc nhiên**   ／   驚訝

22   **ngoài**   ／   外

23 **phạm vi** ／ 範圍

24 **tổng** ／ 一共、總

25 **hạ giá** ／ 降價

26 **vì sao** ／ 為什麼

27 **chiết khấu** ／ 折扣

28 **đặc biệt** ／ 特別

29 **hai bên** ／ 雙方

30 **nhường nhau** ／ 讓步

31 **công bằng** ／ 公平

32 **lô hàng** ／ （批）貨

33 **thanh toán** ／ 結算、付款

34 **nếu** ／ 如果

35 **không vội** ／ 不急

36 **hợp tác** ／ 合作

37	thỏa thuận	/	協議
38	séc	/	支票
39	khả thi	/	可行
40	điều khoản	/	條款
41	gấp	/	急、摺
42	tính	/	……性（質）、算（數）
43	nhất	/	最
44	thấp nhất	/	最低
45	tóm lại	/	總之

Câu mẫu 句型範例

1

1　Giá quá cao.
　　價格太高了。

2 Giá này không hợp lí.
這個價格不太合理。

3 Bảng báo giá này hơi cao.
這個報價表偏高。

4 Anh cho tôi biết giá chính xác.
你告訴我正確的價格。

5 Tôi hy vọng ông sẽ suy nghĩ lại.
我希望您再考慮一下。

6 Bà có thể đưa ra giá theo yêu cầu của bà.
您可以依您的要求出價。

2 🎧 097

1 Giá mặt hàng này là do công ty anh yêu cầu.
這種貨品價格是由您公司提出來的。

2 Điều đó trái với quy định mức giá của công ty.
這是違反公司所規定的價格。

3 Mức giá này thấp hơn so với mức giá ban đầu.
這個價格比原來的低很多。

4 Mức giá này không nằm trong quyền quyết định của chúng ta.
這個價格不在我們有權限決定的範圍內。

5 Chúng tôi sẽ xem xét giá sản phẩm mới của quý công ty.

我們會考慮貴公司新產品的價格。

6 Chúng tôi có thể cung cấp cho cô nhiều loại hàng mới với giá hấp dẫn.

我們將會為您提供更多有競爭價格的產品。

7 Đây là bảng báo giá sản phẩm mà chúng tôi chuẩn bị cho ông.

這是我們準備給您的產品報價表。

3 🎧 098

1 Chúng ta cần đối chiếu bảng giá của ngày hôm qua.

我們需要比較昨天的報價單。

2 Tôi nghĩ đây là giá ưu đãi nhất từ trước đến nay.

我認為這是歷來最優惠的價格。

3 Chúng tôi chấp nhận lời đề nghị giá thấp hơn.

我們接受價格低的要求。

4 Bảng báo giá này dựa trên giá thị trường quốc tế.

這個報價單是按國際市場定價的。

5 Tôi cam đoan giá chúng tôi đưa ra là phù hợp nhất.

我保證我們所提出的價格是目前最合理的。

6 Giá của chúng tôi đưa ra chỉ có hiệu lực trong vòng 24 giờ.

我們的報價只限24小時內有效。

7 Ông có cần kiểm tra lại bảng giá của các công ty khác không?

您需要再次比較其他公司的報價單嗎？

8 Giá cả có thể thương lượng theo số lượng hàng.

價格還可以依數量再議價。

9 Vì quý công ty cần gấp nên chúng tôi sẽ cung cấp bảng giá hoàn chỉnh và nhanh nhất.

因為貴公司急著要，所以我們儘快提供完整的報價。

❷ So sánh giá 比價

Từ vựng 詞彙 099

1　**giảm giá** ／ 打折、優惠

2　**tiền mặt** ／ 現金

3 giá bán ／ 售價

4 giá mua ／ 買價

5 rẻ hơn ／ 比較便宜

6 cao hơn ／ 比較高

7 thấp hơn ／ 比較低

8 giá thị trường ／ 市場均衡價格

9 không ổn ／ 不穩定

10 ngạc nhiên ／ 驚訝

11 đưa ra ／ 提出

12 phạm vi ／ 範圍

13 thương lượng ／ 商量

14 yêu cầu ／ 要求

15 hạ giá ／ 降價

16 nâng giá / tăng giá ／ 漲價

17 thật không may ／ 真不幸

18 chấp nhận ／ 認同、同意

19 lời đề nghị ／ 提議

20 vì sao ／ 為何

21 vì ／ 因為

22 chịu thiệt ／ 受損

23 và ／ 且、和、與

24 bù lỗ ／ 補虧本

25 chiết khấu ／ 折扣

26 đặc biệt ／ 特別

27 hai bên ／ 雙方

28 cùng ／ 一同

29 họp ／ 會議

30 lại ／ 再、又

31	nhường nhau	/	禮讓
32	tốt hơn	/	較好
33	chất lượng cao	/	品質好
34	kém chất lượng	/	品質差
35	phù hợp	/	符合
36	hoàn toàn	/	完全
37	với	/	對於、和
38	quốc tế	/	國際
39	sẵn sàng	/	準備好了
40	nào đó	/	某……（人、事、物）
41	mà thôi	/	……而已、……罷了
42	hơn nữa	/	再多、更多
43	công bằng	/	公平
44	đối với	/	對於

45　xuống　／　下來、下、下去

46　mức　／　標準

47　xuống mức　／　到程度

48　như thế nào　／　如何

49　nghĩ　／　想

50　không thể　／　不可能

51　hưởng mức　／　享受

52　giá ưu đãi　／　優惠價

53　như thế　／　如此、這樣

54　ở những nơi khác　／　在其他地方

1 🎧 100

1
Giá tiền mặt rẻ hơn giá séc.
付現金會比支票價格便宜。

2
Giá bán đó cao hơn giá thị trường.
這個價格高於市場價。

3
Giá này không ổn lắm, thấp hơn giá thành.
這個價格太不合理了，低於成本。

4
Theo điều khoản này, giá bán là bao nhiêu?
依照此條款，賣價是多少？

5
Mặt hàng này ông có thể giảm giá một chút không?
這個產品價格，您能降一點嗎？

6
Tôi rất ngạc nhiên với giá mà anh đưa ra.
你出的價格，讓我出乎意料之外。

7
Giá này nằm ngoài phạm vi thương lượng.
這個價格超過商量的範圍。

1　Giá tổng của đơn hàng này là bao nhiêu?
　　這批貨的總價是多少？

2　Chúng tôi yêu cầu ông giảm 10% trên bảng giá.
　　我們要求您依報價單上降10%。

3　Tôi muốn ông hạ giá xuống mức thấp nhất nếu có thể.
　　我希望您能把價格降到最低。

4　Nếu ông mua số lượng hàng hóa lớn, chúng tôi có thể
　　giảm giá 3%.
　　若您購買的數量多，我們將會考慮降價3%。

5　Thật không may, chúng tôi không thể chấp nhận lời đề
　　nghị vì giá quá cao.
　　真遺憾，我們沒辦法接受你們的要求，因為價格過高。

3 🎧102

1　Ông muốn tôi giảm giá 15%?
　　您要我降價15%？

2　Vì sao chỉ chúng tôi phải chịu thiệt và bù lỗ.
　　為什麼只有我們承擔虧本。

3 Chúng tôi sẽ chiết khấu đặc biệt 5% cho bên anh.
我們將會特別給你折扣5%。

4 Giá ông đưa ra cao hơn giá ở những nơi khác.
您所出的價格比別的地方高。

5 Tôi đề nghị hai bên cùng họp và thương lượng lại.
我建議雙方一起開會和再次協商。

6 Chúng ta mỗi bên nhường nhau 1 tý thì giá sẽ tốt hơn.
我們雙方各退一步，價格就會更好。

7 Sản phẩm chúng tôi có chất lượng cao và giá cả phù hợp.
我們的產品保證物美價廉。

8 Giá chúng tôi đưa ra hoàn toàn phù hợp với giá thị trường quốc tế.
我們的報價完全符合國際市場價的價格。

4 🎧103

1 Nếu ông đặt hàng với số lượng lớn, chúng tôi sẵn sàng giảm giá.
若您訂貨的數量大，我們一定會考慮降低價格。

2 Giá chỉ được giảm ở một chừng mực nào đó mà thôi.
價格只能降低一定的程度而已。

3 Đây là giá thấp nhất rồi, chúng tôi không thể giảm giá hơn được nữa.

這是最底價，我們不能再低了。

4 Công ty chúng tôi muốn ông giảm giá cho lô hàng này.

我們公司想您降低這批貨物的價格。

5 Ông đưa ra giá như vậy là không công bằng đối với chúng tôi.

您提出這樣的價格對我們是不公平的。

6 Bà muốn chúng tôi giảm giá xuống mức như thế nào thì bà mới hài lòng?

您要我們把價格降到多少，您才滿意呢？

7 Tôi nghĩ ông không thể hưởng mức giá ưu đãi như thế ở những nơi khác đâu.

我認為您在其他地方，不可能有這樣優惠價的。

❸ Giảm giá 折價、降價、優惠、打折

Từ vựng 詞彙 (104)

1 **bộ** ／ 部

2 **đạt** ／ 達（到）

3 **kia** ／ 那（裡）、那個

4 **thanh toán hết** ／ 清算完成

5 **thì sẽ** ／ 將會……

6 **không vội** ／ 不急

7 **xuất hàng** ／ 出貨

8 **ngay** ／ 馬上

9 **vẫn** ／ 還是……

10 **lâu dài** ／ 長久

11 **hưởng giá** ／ 享有……的（優惠）價格

12 ưu đãi ／ 優待

13 mừng vì... ／ 因為……而感到開心

14 sự hợp tác ／ 合作（名詞）

15 cùng có lợi ／ 同享利益

16 của ／ 的

17 đôi bên ／ 雙方

18 thống nhất giá ／ 統一價、不二價

19 này ／ 這、此

20 cho rằng ／ 認為

21 sẽ rất khả thi ／ 將很有可能

22 thấp nhất ／ 最低

23 cho ／ 給、為了……

1 🎧 (105)

1 Khi nào thì có hàng giảm giá?
什麼時候有打折？

2 Đặt 2.000 bộ sẽ được giảm 5%.
訂2,000套就打9.5折。

3 Hàng này giảm giá như thế nào?
此商品有什麼樣的優惠？

4 Lô hàng kia có được giảm giá không?
那批商品有打折嗎？

5 Trong vòng 30 ngày thanh toán hết thì sẽ được giảm giá.
在30天內付清就有優惠價。

6 Nếu không vội xuất hàng ngay thì vẫn được giảm giá 2%.
如果不急著出貨就可以享受折扣2%。

7 Nếu anh muốn ngay thì không có giảm giá.
若你急需就沒有優惠。

1. Hai tuần nữa chúng tôi sẽ thanh toán tiền mặt.
   兩週後我們將會用現金付款。

2. Đặt hàng lâu dài sẽ được hưởng giá ưu đãi 7%.
   長期訂貨就可享有7%優惠。

3. Bây giờ chúng tôi đặt 500 bộ chị sẽ giảm mấy phần trăm?
   現在我們訂500套你能打多少折？

4. Tôi mừng vì sự hợp tác cùng có lợi của đôi bên.
   我為雙方互利的合作而感到高興。

5. Chúng tôi chấp nhận giảm giá 2% như ban đầu.
   我們同意與當初那樣降價2%。

6. Chúng tôi cung cấp dịch vụ giao hàng miễn phí.
   我們提供免費送貨到府的服務。

1 Tôi rất vui vì chúng ta đã thỏa thuận được giá cả.
我很高興因為我們已經商量好價格。

2 Giá ông đưa ra là phù hợp có thể chấp nhận được.
您所出的價格合理，可以接受。

3 Thanh toán bằng séc sẽ không được giảm giá nhiều.
支票付款折扣並不多。

4 Chúng tôi thống nhất giá này và cho rằng sẽ rất khả thi.
我們認同這個價格，並認為很有可行性。

5 Tóm lại, chúng tôi đã thống nhất các điều khoản trong hợp đồng.
總之，我們已經商議好合約中的各項條款。

6 Hàng không cần gấp thì chúng tôi sẽ tính giá thấp nhất cho ông.
若不急著要，我們會最低價給您。

THƯƠNG LƯỢNG VÀ HỢP ĐỒNG
商量及合約篇

Bài 7 > CÁC CÁCH THƯƠNG LƯỢNG

第七課　　　各種商議方式

❶ Thương lượng hợp đồng　商討合約

Từ vựng 詞彙

1 **bản** ／ 份、本、版、板

2 **hợp đồng** ／ 合約

3 **không** ／ 不、沒、無

4 **phải** ／ 應該、要

5 **bản gốc** ／ 正本

6 **quyền** ／ 權

7 **hoãn** ／ 遲緩、延後

8 **thời gian** ／ 時間

9   ký   ／   簽、簽訂

10   xem xét   ／   考慮

11   sửa đổi   ／   修改

12   thông lệ   ／   慣例、通常

13   quốc tế   ／   國際

14   phạm vi   ／   範圍

15   không thể   ／   不能、不可以

16   đánh giá   ／   評價

17   điều khoản   ／   條款

18   chưa   ／   還沒、未

19   phù hợp   ／   符合、適合

20   đọc   ／   讀

21   dự thảo / bản thảo / bản nháp   ／   草案

22   nhận xét   ／   評價、建議

23	khi	/	的時候
24	bàn bạc	/	商量
25	chúng tôi	/	我們
26	đạt	/	達到、達
27	thỏa thuận	/	協商
28	mọi người	/	大家
28	vi phạm	/	違背、違反

Câu mẫu 句型範例

1 109

1 Hai bản hợp đồng này không phải là bản gốc.
這兩份合約不是正本。

2 Ông ấy có quyền hoãn hợp đồng.
他有權利延遲合約。

3 Đây không phải là thời gian ký hợp đồng sao?
這不是簽約的時間嗎？

4 Chúng tôi đang xem xét để sửa đổi hợp đồng.
我們在考慮更改合約。

5 Đó là thông lệ quốc tế, chúng tôi không thể vi phạm.
那是國際慣例，我們不能違背。

6 Chúng tôi muốn chấm dứt hợp đồng.
我們想終止合約。

7 Nội dung hợp đồng này cần phải xem xét lại.
本合約的內容需要再看看。

6 Điều 1 khoản 5 cần bỏ đi.
第一條第五款需要刪除。

2 🎧 110

1 Hãy đánh giá về các điều khoản trong hợp đồng.
請評估合約的各項條款。

2 Tôi đề nghị kiểm tra lại các điều khoản trong hợp đồng.
我建議再次檢查合約中的各項條款。

3 Xin ông vui lòng đọc bản dự thảo và nhận xét các điều khoản trong hợp đồng.
請您過目合約的初稿，並在合約各條款上提出您的建議。

4 Đến nay, sau khi bàn bạc chúng tôi đã đạt được thỏa thuận về mọi điều khoản.

現今透過協商後，我們已經達成各條款的協議。

5 Phía chúng tôi đồng ý các điều khoản trong hợp đồng này, bây giờ chúng ta tiến hành ký kết.

我方同意此合約的各項條款，現在我們進行簽約。

❷ Thương lượng về tranh chấp 協議糾紛

Từ vựng 詞彙 111

1	bây giờ	現在
2	hòa giải	和解
3	trực tiếp	直接
4	gián tiếp	間接
5	trọng tài	裁判
6	sự kiện	事件
7	vụ việc	事務

8　**tiến hành**　／　進行

9　**thương lượng**　／　商量

10　**thành**　／　成

11　**tranh chấp**　／　爭端、爭執、紛爭、爭議

Câu mẫu 句型範例

1　112

1　Các (Hai) bên có thể hòa giải trực tiếp hoặc gián tiếp.
雙方可以直接或間接進行和解。

2　Quan tòa sẽ xem xét tất cả các sự kiện của vụ việc.
法院會審查所有相關事務。

3　Nếu thương lượng được thì các bên sẽ tiến hành hòa giải.
若雙方達成協議，就會進行和解。

4　Trọng tài quốc tế có thể giải quyết các loại tranh chấp khác nhau.
國際仲裁可以解決各種不同的爭議。

5 Hầu hết các vụ tranh chấp có thể được giải quyết thông qua hòa giải.
大多數爭議都可以透過和解
的方式來解決問題。

2  113

1 Cách tốt nhất để giải quyết các tranh chấp giữa các bên là thương lượng.
解決爭端的最好辦法是透過雙方協商。

2 Nếu thương lượng hoặc hòa giải không thành, thì sẽ yêu cầu trọng tài phân xử.
若協量或調解都不成，就由仲裁判決。

3 Hòa giải có thể được tiến hành trước khi trọng tài có quyết định phân xử.
和解可以在仲裁前進行。

4 Nếu có tranh chấp xảy ra, đầu tiên các bên sẽ giải quyết thông qua thương lượng.

若發生爭議，首先雙方會透過協商解決。

5 Trước khi hòa giải phải tìm ra các vấn đề và trách nhiệm giữa đôi bên.

進行和解之前，要找出雙方所有的問題及責任。

❸ Chất lượng hàng hóa 貨物品質

Từ vựng 詞彙 114

1　**khác nhau** ／ 差異、區別

2　**thông qua** ／ 通過、及格

3　**cách** ／ 方法、辦法

4　**tốt nhất** ／ 最好

5　**phân xử** ／ 判決

6　**trước** ／ 先、前

7　**quy định** ／ 規定

8　các ／ 各

9　vấn đề ／ 問題

10　trách nhiệm ／ 責任

11　giữa ／ 之間

12　đôi bên ／ 雙方

13　xe hàng ／ 貨車

14　chất lượng ／ 品質

15　sản phẩm ／ 產品

16　bảo đảm ／ 保證

17　hiện nay ／ 現在

18　tiêu chuẩn ／ 標準

19　mặt hàng ／ 貨品

20　dán mác ／ 貼標籤

21　giao hàng ／ 交貨

22　khi　／　時候、當

23　tất cả　／　所有、全部

24　cao nhất　／　最高

25　cứ　／　就、一直

26　yên tâm　／　放心

27　kèm　／　附上

28　giấy　／　紙

29　chứng nhận　／　證書

30　hàng mẫu　／　樣品

31　khảo sát　／　考察

32　cung cấp　／　提供

33　bảo hành　／　保固

34　thời gian　／　時間

35　xuất hàng　／　出貨

Câu mẫu 句型範例

1 🎧 115

1. Mấy xe hàng kia đều có vấn đề.
   那幾輛貨車都有問題。

2. Chất lượng sản phẩm này không tốt.
   該產品的品質不好。

3. Hàng hóa của chúng tôi rất bảo đảm.
   我們商品有品質保證。

4. Vấn đề hiện nay là hàng không đạt tiêu chuẩn.
   現在的問題是貨物不合格。

5. Sản phẩm này đạt tiêu chuẩn về chất lượng.
   該產品的品質達到標準。

6. Anh cần kiểm tra lại chất lượng của lô hàng này.
   您要再次檢查這批貨的品質。

7. Các mặt hàng của chúng tôi đều có chất lượng tốt.
   我們各種商品的品質都很好。

8. Chúng tôi sẽ dán mác chất lượng hàng hóa khi giao hàng.
   交貨時我們會貼上商品品質的標籤。

1 Tất cả hàng hóa của chúng tôi đều đạt chất lượng cao nhất.

我們的所有商品品質是最好的。

2 Chất lượng hàng hóa của cửa hàng chúng tôi thì bà cứ yên tâm.

您放心，我們店裡的商品都有保證的。

3 Xin ông vui lòng gửi kèm giấy chứng nhận kiểm tra chất lượng hàng hóa.

麻煩您附上產品品質的認證卡。

4 Hàng hóa của chúng tôi được sản xuất dưới sự kiểm soát chất lượng chặt chẽ.

我們產品是在品管嚴格的監督之下生產的。

5 Chúng tôi phát hiện chất lượng hàng này thấp hơn nhiều so với hàng mẫu.

我們發現此產品與樣品的品質相差太大了。

6 Công ty có thể đảm bảo việc cung cấp hàng cho chúng tôi là đạt chất lượng tốt nhất chứ?

貴公司能否保證為我們提供最好的產品呢？

7 Chúng tôi yêu cầu hàng bảo hành trong thời hạn là 1 năm kể từ ngày xuất hàng.

我們要求產品保固從出貨日起為一年。

❹ Đơn hàng và giá trị đơn hàng 訂單和訂單價值

Từ vựng 詞彙 117

1	một năm	/	一年
2	kể từ	/	自從
3	ngày	/	天、日
4	sản xuất	/	生產
5	vừa	/	剛、剛剛、合身
6	yêu cầu	/	要求
7	số lượng	/	數量
8	trị giá	/	價值
9	tổng	/	總
10	bồi thường	/	賠償
11	mã số	/	編碼

12	xếp	/	排、疊
13	thùng hàng	/	貨箱
14	cước phí	/	運費、費用
15	vận chuyển	/	托運
16	bao nhiêu	/	多少
17	khoảng	/	大概
18	hải quan	/	海關
19	hạng nhất	/	一等、最好
20	vải bông	/	棉布
21	quần áo	/	衣服
22	phòng chữa cháy	/	防火
23	tấn	/	噸
24	gạo	/	大米
25	cà phê	/	咖啡

26　**giấy cuộn** ／ 捲紙

27　**kích thước** ／ 尺寸

1　🎧 118

1　Đơn hàng này vừa chứ không lớn.
此訂單數量剛好不是很大。

2　Tôi nghĩ họ cần số lượng rất ít.
我認為他們要的數量很少。

3　Tổng giá trị bồi thường là 5.555 đô la.
賠償總額為5,555美元。

4　Giá trị của tổng đơn hàng là 15 tỷ đô la.
訂單總額為150億美元。

5　Khoảng mấy ngày sẽ thu được tiền hàng?
大約幾天後會收到貨款呢？

6　Cô có thể cho chúng tôi biết mã số hàng được không?
您能告訴我們貨物的編碼嗎？

7 Anh phải xem lại tổng số đơn hàng cần xuất.
您要再看一下，訂單要出貨的總數量。

2 🎧119

1 Nếu xếp 20.000 thùng hàng vào một công-ten-nơ, anh thấy có ổn không?
如果把20,000箱裝進同一個貨櫃裡，你覺得如何？

2 Cước phí vận chuyển của lô hàng này là bao nhiêu?
這批貨物的運費是多少？

3 Anh tính xem đơn hàng này khoảng mấy trăm triệu?
您算一下這批貨大概幾億元呢？

4 Có mấy lô hàng cần xuất? Phí hải quan là bao nhiêu?
要出多少批貨呢？報關費是多少？

5 Đơn hàng hôm qua anh có biết tổng giá tiền là bao nhiêu không?
昨天的訂單你知道總額是多少嗎？

6 Với số lượng này thì không thể chất hết vào 1 xe tải được.
這個數量裝進一台貨車是不可能的。

7 Vì tốc độ sản xuất chậm, chúng tôi chỉ có thể cung cấp cho ông 35.000 bộ.
因為生產速度較慢，我們只能為您提供35,000套（組）。

1 Chúng tôi vận chuyển 500 cuộn vải bông hạng nhất, mỗi cuộn trị giá 1.500 đô la.

我們運輸500捲一等的棉布，每捲的價格為1,500美元。

2 Ở đây tổng cộng có 8.555 bộ quần áo phòng cháy chữa cháy, mỗi bộ giá 200 đô la.

這裡一共有8,555套防火制服，每套價錢為200美元。

3 Chúng tôi sẽ đặt 1.000 tấn gạo và 5.000 tấn cà phê, tổng cộng là 1.000.000 đô la.

我們會訂購1,000噸大米和5,000噸咖啡，總共為100萬美元。

4 Anh đặt 3.650 tấn giấy cuộn, số lượng quá lớn nên phải đợi 1 tháng sau mới có hàng.

您訂了3,650噸捲紙，因數量太大了，要等1個月後才有貨。

5 Chúng tôi vừa in 3.000 quyển sổ tay hướng dẫn sử dụng, hết 5 triệu đồng.

我們剛送印3,000本使用說明書，花了5百萬越盾。

6 Hàng này kích thước rất nhỏ, số lượng cũng rất ít, không có lãi nên chúng tôi không nhận đơn hàng này.

這個訂單尺寸很小，數量又少，沒有利潤，所以我們不接單。

❺ Thời gian giao hàng　交貨期間

Từ vựng 詞彙

1　lãi　／　利潤

2　đơn　／　單、（申請）書

3　đặt hàng　／　訂貨

4　trễ / muộn　／　晚、遲到

5　khi nào　／　什麼時候、何時

6　đúng hạn　／　按時、準時

7　giữa tháng　／　月中旬

8　cập cảng　／　到港、進港

9　đường biển　／　海運

10　nhanh　／　快、快捷

11　tiện lợi　／　便利、方便

12 đóng hàng ／ 裝貨、裝箱

13 sớm ／ 早

14 hơn ／ 比、更、多

15 dự định ／ 預定

16 có thể ／ 可以

17 chậm ／ 慢、遲遲

18 hàng không ／ 航運

19 tuy vậy ／ 雖然

21 quý ／ 貴、珍惜

21 công ty ／ 公司

22 kế hoạch ／ 計畫

23 điều đó ／ 那件事

24 sớm nhất ／ 最早

25 đang ／ 正在、在

26 **thương lượng** ／ 商量、討論

27 **với** ／ 跟、和

28 **cố gắng** ／ 努力

29 **hết sức** ／ 盡力

30 **trong vòng** ／ 在……內、之內

31 **nửa tháng** ／ 半個月

Câu mẫu 句型範例

1

1　Hàng sẽ về trễ (muộn) hơn dự định.
　　貨抵達時間比預定來得晚。

2　Khi nào thì hàng đến nơi?
　　貨何時會到呢？

3　Giao hàng trước tháng 6.
　　六月前交貨。

4　Phải giao hàng đúng hạn / hẹn.
　　要準時交貨。

5 　Giữa tháng 12 hàng sẽ rời cảng.
　12月中旬貨就會出港。

6 　Thời gian giao hàng là khi nào?
　交貨時間是何時？

2

1 　Công ty sẽ nhận hàng vào cuối tháng 2.
　2月底公司就會收到貨了。

2 Trong vòng 15 ngày hàng sẽ cập cảng.
在15天內貨就會到港。

3 Vận chuyển nhanh và tiện lợi, lại đúng hạn.
運輸準時、快速又便利。

4 Xin anh vui lòng gửi hàng cho tôi bằng đường biển.
貨物麻煩您幫我寄海運。

5 Thời gian giao hàng trong hợp đồng là ngày nào?
合約中提到交貨的時間是幾號呢？

3  124

1 Chúng tôi sẽ chú ý thời gian sản xuất và giao hàng.
我們會注意生產和交貨的時間。

2 Anh muốn thời gian đóng hàng sớm hơn dự định sao?
你想讓裝貨的時間比原先的計畫還早嗎？

3 Bà có thể cho chúng tôi giao hàng chậm vài ngày không?
您可以讓我們晚幾天交貨嗎？

4 Cô không thể tìm cách nào đó để giao hàng sớm hơn sao?
妳不能想出辦法早點交貨嗎？

5 Chúng tôi hy vọng ông đặc biệt chú ý đến thời gian xuất hàng.

我們希望您特別留意出貨的時間。

6 Vận chuyển hàng hóa bằng đường hàng không là cách nhanh nhất.

空運是最快的辦法。

7 Giao hàng vào đầu tháng 8 là điều khoản bắt buộc trong hợp đồng.

8月初交貨是合約中必須執行的條款。

4 🎧 125

1 Trong đơn đặt hàng này ghi rõ ngày 20 tháng 3 là ngày cuối cùng phải xuất hàng.

此訂單註明3月20日是出貨的最後一天。

2 Chúng tôi đang xem xét kỹ đơn hàng, hy vọng quý công ty có thể nhận hàng theo đúng kế hoạch.

我們正在仔細查看訂單，希望貴公司可以準時收貨。

3 Tôi nghĩ điều đó là không thể được.

我想這個問題是不行的。

4 Ông có thể giao hàng sớm hơn dự định không?

你可以比預期提早出貨嗎？

5

Tháng sau sẽ xuất hàng đúng hạn chứ?
下個月會按時出貨嗎？

6

Ngày giao hàng vẫn còn đang thương lượng.
交貨的時間仍在協商之中。

5 🎧126

1

Đó là thời gian chúng tôi có thể đảm bảo với ông.
這是我們向您保證的時間。

2

Ông có thể giao hàng sớm nhất vào thời gian nào?
您可以最早交貨的時間是何時呢？

3

Tôi không thể hứa, nhưng tôi sẽ cố gắng hết sức.
我不能掛保證，但我會盡力而為。

4

Chúng tôi hy vọng ông có thể giao hàng vào cuối tháng này.
我們希望您能在這個月底交貨。

5

Nếu giao hàng chậm, ông phải bồi thường theo hợp đồng.
若出貨的時間較晚，您要依合約進行賠償。

6

Chúng tôi hy vọng sau khi kí kết hợp đồng các ông sẽ giao hàng trong vòng nửa tháng.
我們希望合約簽署後，您會在半個月內交貨。

Bài 8 > ĐIỀU KHOẢN HỢP ĐỒNG VÀ ĐẤU THẦU

第八課　　合約與標案的條款

❶ Điều khoản hợp đồng　合約條款

Từ vựng 詞彙　127

1	trong	／	內、裡
2	điều khoản	／	條款
3	bên	／	方
4	yêu cầu	／	要求
5	tăng	／	增
6	phí / chi phí	／	費
7	bảo hiểm	／	保險
8	hợp đồng	／	合約

9　**phải** ／ 得、要

10　**đồng ý** ／ 同意

11　**hai** ／ 二、兩

12　**của** ／ 的

13　**tại sao** ／ 為什麼

14　**thấy** ／ 看見、視

15　**nhỉ** ／ 呢

16　**mức** ／ 水準

17　**rủi ro** ／ 意外

18　**thảo luận** ／ 討論

19　**cước** ／ 費用

20　**một lần nữa** ／ 再次

21　**đáp ứng** ／ 答應

22　**ý kiến** ／ 意見

24 chúng ta ／ 我們、咱們

25 chúng tôi ／ 我們

26 căn cứ theo ／ 根據、依據

27 thực hiện ／ 實現、執行

28 chịu ／ 負擔、承受、承擔

29 vận chuyển ／ 運輸

30 trong nước ／ 國內

31 ngày mai ／ 明天

32 kí/ kí tên ／ 簽、簽名

33 lại ／ 再

34 trước khi ／ ……之前

1 🎧 128

1 Trong điều 5, bên B yêu cầu tăng phí bảo hiểm.
在第五條，乙方要求提高保額。

2 Điều khoản hợp đồng phải có sự đồng ý của hai bên.
合約的條款需要雙方的同意。

3 Mục 7 sao không thấy nhắc đến chất lượng hàng và mức bồi thường nhỉ?
第七項為何沒提到品質與賠償金呢？

4 Bên A chịu cước vận chuyển hàng đến cảng mà bên B yêu cầu.
乙方要求貨到港的運費由甲方負責。

5 Hai bên cần thảo luận lại một lần nữa các điều khoản trong bản hợp đồng này.
雙方需要再次討論此合約的各條款。

6 Tôi cho rằng chúng ta không đáp ứng được điều khoản mà bên B đưa ra.
我認為乙方所提的條款，恐怕我們無法辦到。

7 Nếu họ không có ý kiến gì thì chúng ta cứ căn cứ theo điều khoản trong hợp đồng mà thực hiện.
如果他們沒有什麼意見，那我們就依照合約執行。

8 Hai bên đã thống nhất các điều khoản về bồi thường rủi ro khi vận chuyển.
雙方已經同意運輸意外賠償的各條款了。

9 Ở điều 3 mục 2, bên A yêu cầu chúng ta chịu phí bảo hiểm và phí vận chuyển trong nước, anh thấy thế nào?
在第三條第二項，甲方要求我們負擔國內運費及保費，你覺得如何？

10 Ngày mai chúng ta ký hợp đồng với công ty A, mời ông xem lại các điều khoản trước khi ký.
明天我們要跟A公司簽約，簽約之前請您先過目一下，合約的各項條款。

❷ Điều khoản đấu thầu 標案條款

Từ vựng 詞彙 129

1 **đấu thầu** ／ 標案

2 **lần đầu** ／ 第一次、初次

3	chặt chẽ	/	嚴謹
4	lỏng lẻo	/	寬鬆、鬆懈
5	đọc kỹ	/	仔細閱讀、詳細看
6	hợp lý	/	合理
7	những	/	一些
8	sửa đổi	/	變更、變化、修改
9	chuẩn bị	/	準備
10	nộp	/	交、繳交
11	hồ sơ	/	資料
12	hôm qua	/	昨天
13	vi phạm	/	違反
14	vui	/	高興
15	thông báo	/	通知
16	trúng thầu	/	得標

17 chỉ ／ 只

18 đáp ứng ／ 答應

19 đạt ／ 達

20 tiêu chuẩn ／ 標準

21 khi nào / lúc nào ／ 何時、什麼時候

22 nhiều hơn ／ 比……多

23 bao thầu / thầu ／ 發包工程

24 cơ hội ／ 機會

25 bình đẳng ／ 平等

26 tham gia ／ 參加

27 mọi người ／ 大家

28 tất cả ／ 所有

29 những ／ 些

30 nên ／ 應該

31 **công khai** ／ 公開

32 **tuần sau** ／ 下個星期

33 **đọc** ／ 閱讀、讀、看

34 **thông tin** ／ 通訊、資訊

35 **cẩn thận** ／ 謹慎、小心

Câu mẫu 句型範例

1 🎧 130

1 Dự án mới cần đấu thầu.
新專案要公開投標。

2 Lần đấu thầu này rất chặt chẽ.
這次公開投標很嚴謹。

3 Điều khoản đầu tư cần phải đọc kỹ.
投資條款需要仔細閱讀。

4 Điều khoản đấu thầu không hợp lý.
公開投標的條款不合理。

5 Điều khoản đấu thầu gồm những gì?
公開投標的條款有哪些？

6 Điều khoản đấu thầu lần này có sửa đổi.
這次公開投標的條款有變更。

7 Tôi sẽ chuẩn bị hồ sơ tham gia đấu thầu dự án này.
我會準備資料參加此專案的公開投標。

1 Các điều khoản trong hợp đồng này rất lỏng lẻo.
此合約的各條款很寬鬆。

2 Anh xem lại điều 8 trong bản hợp đồng hôm qua.
你再看一下，昨天合約中的第八條。

3 Đợt đấu thầu lần này, công ty ông đã vi phạm quy định đấu thầu.
此次公開投標，您公司已經違反投標規定。

4 Chúng tôi rất vui được thông báo ông đã trúng thầu.
我們很高興通知您已經得標。

5 Các điều khoản mà công ty ông đưa ra là không phù hợp.
您公司所提的條款是不合理的。

6 Chỉ cần đáp ứng các điều khoản đưa ra là đạt tiêu chuẩn.
只要符合所提出的各條款就會合格。

7 Tôi cho rằng điều khoản đấu thầu lần này nhiều hơn lần trước.
我認為這次公開投標的條款比上次多。

1. Bao thầu nên công khai đấu thầu.
   發包工程應該公開投標。

2. Đấu thầu tạo ra cơ hội bình đẳng cho những người tham gia.
   公開投標是給參加者有平等的機會。

3. Tất cả hồ sơ dự thầu được công khai vào thời gian quy định.
   所有公開投標的檔案都會在規定的期間內公開。

4. Họ thông báo thứ 2 tuần sau chúng ta có thể đi nhận hồ sơ dự thầu.
   他們通知我們，下星期一就可以去領投標單了。

5. Xin ông vui lòng kiểm tra lại các thông tin và điều khoản ghi trong hợp đồng.
   請您再次檢查合約中所寫的各項條款。

6. Những người tham gia đấu thầu nên đọc cẩn thận các điều khoản trong hợp đồng.
   參加公開投標者要謹慎閱讀合約的各項條款。

❸ Hồ sơ dự thầu　標案文件

1　**người**　／　人

2　**bí mật**　／　秘密

3　**kết quả**　／　結果

4　**dự thầu**　／　投標

5　**liên quan**　／　關係、連貫

6　**đủ**　／　夠

7　**để**　／　讓

8　**tìm hiểu**　／　瞭解

9　**thủ tục**　／　手續

10　**biết**　／　知道

11　**thêm**　／　增加

12 địa điểm ／ 地點

13 nào ／ 哪裡

14 thích hợp ／ 適合

15 thông thường ／ 一般、通常、平常

16 kéo dài ／ 延長

17 thời hạn ／ 時限

18 ít ／ 少

19 đáp ứng ／ 答應

20 giá trị ／ 價值

21 cung cấp ／ 提供

22 giấy tờ ／ 文件

23 bảo đảm ／ 保證

24 việc ／ 事

25 nếu ／ 如果、要是、若

26 **tư cách** ／ 資格

27 **tiến hành** ／ 進行

Câu mẫu 句型範例

1　Chúng tôi đã trúng thầu.
　　我們已經得標了。

2　Hồ sơ đấu thầu phải bí mật.
　　投標的文件要保密。

3 Ngày mai nộp hồ sơ dự thầu.
明天要繳交投標的文件。

4 Anh xem lại kết quả trúng thầu.
你再看一下得標的結果。

5 Khi nào tôi có thể xem hồ sơ dự thầu.
何時我可以看投標文件。

6 Các giấy tờ này có liên quan đến hồ sơ thầu.
這些文件與投標有關。

2 🎧 135

1 Chúng tôi cần tham gia đấu thầu.
我們要參加公開投標一事。

2 Nội dung đấu thầu không được công khai.
投標內容不能公開。

3 Ông có muốn tham gia công khai đấu thầu không?
您想參加公開投標嗎？

4 Chúng tôi muốn tìm hiểu thủ tục đấu thầu.
我們想瞭解公開投標的手續。

5 Cô ấy cần biết thêm về thủ tục đấu thầu.
她想知道更多關於公開投標的手續。

6 Khi nào thì phải nộp hồ sơ dự thầu?
何時要繳交標案文件？

7 Việc dự thầu tổ chức công khai phải không?
投標會公開嗎？

3  136

1 Thời gian và địa điểm nào thì thích hợp để nộp hồ sơ dự thầu?
標案文件在何時和何地繳交呢？

2 Tôi không biết công ty ta có đủ tư cách tham gia hay không?
我不知我們公司夠不夠資格參加標案呢？

3 Ông có thể cho chúng tôi biết, hồ sơ dự thầu cần nộp những gì không?
您可以告訴我，標案要繳什麼資料呢？

4 Thông thường việc kéo dài thời hạn nộp hồ sơ đấu thầu là rất ít.
一般要延長繳交標案文件的期限是很少的。

5 Tôi hy vọng hồ sơ dự thầu của chúng tôi đáp ứng đầy đủ các yêu cầu.
希望我們繳交的文件，符合標案的所有需求。

6 Nếu ông không nộp đầy đủ hồ sơ theo thời gian quy định, thì sẽ mất tư cách dự thầu.
如果您沒有在期限內繳交標案所要的文件，那麼您就會失去資格。

PHỤC VỤ

服務篇

Bài 9 > DỊCH VỤ NGÂN HÀNG

第九課　銀行業務

❶ Dịch vụ đổi tiền 換錢服務

Từ vựng 詞彙 137

1	**muốn**	/	要、想
2	**đổi tiền**	/	換錢
3	**tỷ giá**	/	匯率
4	**như vậy**	/	如此
5	**không**	/	嗎（用於疑問句 dùng trong câu nghi vấn）
6	**gì**	/	什麼
7	**đợi**	/	等
8	**đây**	/	這

9　hộ chiếu　／　護照

10　bao nhiêu　／　多少

11　(đổi) ra　／　（換）成

12　vào　／　在、於、進

13　chỗ　／　地方、處

14　hôm qua　／　昨天

15　hôm nay　／　今天

16　giá　／　價

17　cao　／　高

18　hơn　／　比

19　chuyển tiền　／　匯款

20　sang　／　成、到……（某地）、來……（某地）

21　điền　／　填

22　thông tin　／　資料、資訊

23 giúp ／ 幫

24 thấp ／ 低

25 máy ／ 機器

26 đếm ／ 數、點（數量）

27 kiểm tra ／ 檢查

28 tiền ／ 錢幣

29 giả ／ 假

30 thật ／ 真

31 hay ／ 還是、好（聽、看）

32 cho ／ 給

33 gửi ／ 寄

34 tài khoản ／ 帳戶

35 cũng ／ 也

36 hiện / hiện nay / bây giờ ／ 現在

37 đang ／ （正）在

38 thịnh hành ／ 流行

39 không chỉ ／ 不只

40 giấy ／ 紙、單、書（文件）

41 giấy biên nhận / biên lai ／ 收據

42 đã ／ 已經

43 thanh toán ／ 結算

44 xin / hãy ／ 請

45 ra ／ 成、出來、到

46 Euro ／ 歐元

47 đô la Mỹ ／ 美元

48 yên Nhật ／ 日幣

49 đô la (tiền) Hồng Kông ／ 港幣

51 bảng Anh ／ 英鎊

Câu mẫu 句型範例

1 🎧 138

1. Tỷ giá đô la Mỹ là bao nhiêu?
美金匯率是多少？

2. Tôi muốn hỏi tỷ giá bán hôm nay thế nào?
我想問今天賣出的匯率是多少？

3. Ông ta muốn đổi tiền Euro ra Đô la Mỹ.
他想歐元換成美金。

4. Tôi muốn đổi đồng yên Nhật ra tiền Hồng Kông.
我想日幣換成港幣。

5. Hôm qua tỉ giá cao hơn hôm nay.
昨天的匯率比今天高。

6. Tỷ giá hôm nay thấp hơn hôm qua.
今天的匯率比昨天低。

1. Tỷ giá như vậy bà có muốn đổi không?
   這樣的匯率，您要換嗎？

2. Nhờ cô cho tiền vào máy đếm giúp tôi.
   麻煩您把錢放進點鈔機，幫我點一下。

3. Tôi sẽ cho máy kiểm tra tiền giả giúp ông luôn .
   我會幫您檢查假鈔。

4. Ông chờ tôi một chút. (Ông đợi tôi một lát.)
   請您稍等。

5. Đây là hộ chiếu của tôi.
   這是我的護照。

6. Mời ông ký vào chỗ này.
   請您在此簽名。

7. Hiện nay trên thị trường không chỉ có đổi đô la Mỹ.
   現在市場上不只換美金。

8. Ở Việt Nam, tiền Đài Loan hiện cũng đang rất thịnh hành.
   目前在越南，新臺幣（臺幣）也很流行。

A Tôi muốn đổi tiền.
我想換錢。

B Ông muốn đổi tiền gì?
您要換什麼幣別？

A Bảng Anh đổi ra tiền Euro.
英鎊換歐元。

B Ông muốn đổi bao nhiêu?
你想換多少錢？

A 2000 bảng Anh.
兩千英鎊。

B Ông đợi tôi một chút.
請您稍等一下。

A Tôi muốn hỏi tỷ giá bán hôm nay thế nào?
我想問今天的賣出匯率如何？

B Tỷ giá hôm nay thấp hơn hôm qua.
今天的匯率比昨天低。

❷ Mở tài khoản 開戶

1　mở / bật ／ 開

2　đóng / tắt ／ 關

3　công tắc / bật tắt ／ 開關

4　vãng lai ／ 往來、活期

5　khách ／ 客戶

6　hết ／ 沒有……了

7　mới ／ 新

8　tờ séc ／ 支票

9　tiền mặt ／ 現金

10　này / đây ／ 這、此

11　cá nhân ／ 個人

12 họ ／ 他們

13 chi ／ 支付

14 thu ／ 收入

15 ngân hàng ／ 銀行

16 ngân hàng Nông nghiệp ／ 農業銀行

17 tính lãi ／ 算利息

18 lãi suất ／ 利率

19 chưa ／ 還沒

20 vay ／ 貸款

21 cố định ／ 定期

22 đến hạn ／ 到期

23 rút ／ 提款

24 tốt ／ 好

25 xấu ／ 壞

26 **không nên** ／ 不該

27 **trước hạn** ／ 提前、提早

Câu mẫu 句型範例

1 🎧142

1 Tôi muốn mở tài khoản.
我想開戶。

2 Tôi chưa có tài khoản vãng lai.
我還沒有活期帳戶。

3 Tài khoản này đã hết tiền.
此帳戶已沒錢了。

4 Tôi mới mở tài khoản mới.
我剛開新帳號。

5 Đây là số tài khoản ngân hàng của tôi.
這是我的銀行帳號。

6 Hãy điền tên ông vào tờ séc này.
在這張支票上，請填寫您的名字。

1. Tờ séc này không phải là của anh.
   這張支票不是你的。

2. Tôi cần chuyển khoản cho công ty A.
   我想匯款給A公司。

3. Tôi muốn chuyển tiền sang Mỹ.
   我想匯款到美國。

4. Cô điền thông tin đổi tiền giúp tôi.
   麻煩妳幫我填寫要換錢的資料。

5. Anh cho tôi số tài khoản của công ty.
   你給我公司的銀行帳號。

6. Cô giúp tôi gửi số tiền này vào tài khoản của công ty.
   妳幫我把這筆錢，匯款到公司的戶頭。

7. Mời ông điền thông tin cá nhân vào đây.
   請在此填寫您的個人資料。

8. Tài khoản này cho thấy họ chi nhiều hơn thu.
   從帳戶裡面看得出來，他們支出比收入多。

9. Ngân hàng này lãi suất cho tiền vay là 1%.
   這家銀行貸款匯率是1%。

10. Tỷ lệ lãi suất tiền vay tăng từ 2% lên 3,5%.
    貸款利率漲2%至3.5%。

1 Sổ tiết kiệm có kỳ hạn của anh chưa đến hạn rút.
你的定期存款未到期。

2 Tốt hơn hết anh không nên rút tiền trước hạn.
你最好不要提早解除定存。

3 Trước khi đi công tác, họ cần rút một số tiền lớn.
去出差之前，他們要提領一大筆錢。

4 Tôi quyết định đóng tài khoản ở ngân hàng Nông nghiệp.
我想把農業銀行帳戶停用。

5 Tôi cần anh gửi thông tin tài khoản ngân hàng cho họ.
我要你把銀行帳號資訊寄給他們。

6 Số tài khoản này với tài khoản anh cần chuyển là khác nhau.
這個銀行帳號與你要匯款的帳號不一樣。

7 Các công ty đều có tài khoản của khách hàng khi họ giao dịch.
交易時各公司都有客戶的帳號。

8 Xin bà vui lòng đưa cho tôi giấy biên nhận tiền đã thanh toán.
請您給我付完款的收據。

❸ Mở thư tín dụng 開信用狀

Từ vựng 詞彙

1	**thư tín dụng**	/	信用狀
2	**đơn giản**	/	簡單
3	**thế chấp tài sản**	/	資產抵押
4	**mất khoảng**	/	大約花……（錢、時間）
5	**điều tra**	/	調查
6	**tài chính**	/	財務
7	**thiệt hại**	/	損失
8	**phát sinh / xảy ra**	/	發生
9	**xem xét**	/	考慮
10	**kỹ càng**	/	仔細、清楚
11	**bắt buộc**	/	必要（性）

12	kèm theo	附上
13	hợp đồng	合約
14	mua bán	買賣
15	số tiền dư	餘額
16	tài khoản	戶頭
17	kịp thời	來得及、及時
18	chữ tín	信用
19	thứ đến	其次
20	tin tưởng	信任、相信
21	lẫn nhau	互相
22	không hủy ngang	半路撤銷、中途終止

1 🎧 146

1. Thủ tục mở thư tín dụng rất đơn giản.
   開信用狀的手續很簡單。

2. Mở thư tín dụng phải có thế chấp tài sản.
   開信用狀證時需要有資產抵押。

3. Thời gian mở thư tín dụng mất khoảng 1 tuần.
   開信用狀需要一週的時間。

4. Lần đầu mở thư tín dụng phải chờ
   ngân hàng điều tra tài chính.
   首次開信用狀要等銀行
   進行財務調查。

5 Vì ông thanh toán chậm, nên những thiệt hại sẽ do qúy công ty chịu.

因為您逾期付款，所有損失由貴公司負責。

6 Xin ông vui lòng cho chúng tôi biết các điều khoản chung.

請您讓我們知道各項共同的條款。

2 🎧 147

1 Đã xem xét kỹ càng về việc mua bảo hiểm.

投保措施已考慮清楚。

2 Ông thường sử dụng phương thức thanh toán nào?

您常使用哪種付款方式？

3 Xin ông vui lòng cho chúng tôi biết các thông tin của thư tín dụng.

請您給我們信用狀相關的資料。

4 Đó là những thủ tục bắt buộc đã được quốc tế chấp nhận.

那是被國際接受（認可）的必要手續。

5 Thư tín dụng của ông được sử dụng đến ngày 25 tháng 5.

您的信用狀使用期間到5月25日。

6 Ông sẽ nhận hàng trong 45 ngày sau khi mở thư tín dụng.

開信用狀後，45天內您就會收到貨。

7 Thư tín dụng thông thường phải kèm theo hợp đồng mua bán.
信用狀通常要附加買賣合約。

3  148

1 Chúng tôi cũng thanh toán hàng nhập khẩu bằng thư tín dụng.
針對進口貨，我們也使用（採用）信用狀付款。

2 Số tiền dư trong tài khoản vẫn còn rất nhiều.
帳號餘額還剩很多。

3 Chúng tôi muốn thanh toán bằng tiền mặt.
我們想付現。

4 Đơn hàng bị hủy ngang, do vậy không cần thiết phải làm thủ tục thư tín dụng nữa.
訂單被撤銷，所以不必辦理信用狀手續了。

5 Tôi rất vui khi chúng ta có thể thực hiện xong giao dịch này bằng thư tín dụng.
我很高興因我們可以使用信用狀完成此交易。

6 Nếu không mở thư tín dụng kịp thời, thì quý công ty sẽ chịu hoàn toàn trách nhiệm.
如果來不及開信用狀，貴公司將負起全責。

7 Việc làm ăn thanh toán bằng thư tín dụng quan trọng nhất là chữ tín, thứ đến là tin tưởng lẫn nhau.

以信用狀付款的交易，最重要的是信用，其次是互相信任。

8 Chúng tôi sử dụng điều khoản thanh toán bằng thư tín dụng không hủy ngang.

我們使用信用狀付款的條件是不能中途解約。

❹ Tư vấn về điều khoản thanh toán 付款條款諮詢

Từ vựng 詞彙 149

1	**để** /	讓、放、為了
2	**quyết định** /	決定
3	**số** /	數字、號碼
4	**với** /	跟、和、與
5	**khác** /	別的
6	**khách hàng** /	客戶

7　quyết toán　／　結算

8　bản　／　本、版、表（bảng）

9　bảng quyết toán　／　結算表

10　thư tín dụng　／　信用狀

11　thế nào　／　怎麼樣、如何

12　bằng　／　用、等於、方式

13　số liệu　／　資料

14　không khớp　／　不一致、不符

15　xem lại　／　再看

16　được　／　得到、能、可以

17　tăng　／　增

18　giảm　／　減

19　một chút　／　一點

20　nên　／　應該、所以

21 tiếp tục ／ 繼續

22 kiểm soát ／ 控制

23 rủi ro ／ 風險、意外、倒楣

24 tài chính ／ 財政、出納

25 theo ／ 根據、跟著

26 cách ／ 方法

27 thống nhất ／ 統一

28 điều khoản ／ 條款

29 phương thức ／ 方式

30 trực tiếp ／ 直接

31 giá trị ／ 價值

32 thực hiện ／ 實現、執行

33 chi trả ／ 支出

34 điện tín ／ 電子、電信

35	chuyển tiền	/	匯款
36	vào thời điểm	/	在某個時間點
37	giao hàng	/	交貨
38	là	/	是
39	cách	/	方式、辦法、隔
40	giao dịch	/	交易
41	có	/	有、是
42	hiệu quả	/	效果
43	nhất	/	最、一（第一郡）
44	hiệu quả nhất	/	最有效
45	đảm bảo	/	保證
46	uy tín	/	信用
47	trong	/	在、內、裡
48	thẻ tín dụng	/	信用卡

49 trước ／ 先、前

50 sau ／ 後

51 nghĩ ／ 想

52 có thể ／ 可以、行

53 đơn hàng ／ 訂單

54 này ／ 這、此

55 khi ／ 當

56 đã ／ 已經

57 nhận được ／ 收到

58 giấy tờ ／ 文件、資料

59 xuất khẩu ／ 出口

60 yêu cầu ／ 要求

61 bổ sung ／ 補充

62 ngay ／ 馬上、立刻

63　kịp　／　來得及

64　đưa　／　送、給、陪同

65　cảng　／　港、港口

66　xem qua　／　看過、過目

67　bây giờ　／　現在

68　cần　／　要

69　thương lượng　／　商量

70　về　／　回、關於

71　điều khoản　／　條款

72　thống nhất　／　統一

73　không hủy ngang　／　不中斷

74　kiểm soát　／　管控、控制、掌控

75　những　／　一些

76　thông thường　／　一般、通常

77 mậu dịch / 貿易

78 thương mại / 商業、商務、貿易

 Câu mẫu 句型範例

1 🎧150

1 Xin vui lòng cho chúng tôi biết điều kiện thanh toán của ông.
請讓我們知道您付款的條件。

2 Điều khoản thanh toán của chúng tôi là trả bằng séc.
我們採用支票付款的方式。

3 Hôm nay chúng tôi vẫn chưa nhận được giấy báo thư tín dụng.
今天我們還沒收到信用狀的通知單。

4 Xin ông vui lòng cho chúng tôi biết số thư tín dụng.
請您告知信用狀號碼給我們知悉。

5 Thư tín dụng của chúng tôi có giá trị đến ngày 10 tháng 9.

我們的信用狀有效期限為9月10日。

6 Chúng tôi chấp nhận thanh toán trực tiếp bằng tiền mặt.

我們接受現金付款。

7 Thông qua ngân hàng để chuyển khoản là giao dịch có hiệu quả nhất.

透過銀行匯款是最有效的交易方式。

8 Để đảm bảo uy tín trong giao dịch, chúng tôi có thể thanh toán bằng thẻ tín dụng trước.

為了保證交易的信用，我們可以先刷卡。

9 Tôi nghĩ chúng ta có thể thanh toán đơn hàng này khi đã nhận được giấy tờ xuất khẩu.

我想當我們收到出口文件後就可以付款了。

10 Nhờ anh bổ sung thư tín dụng ngay để chúng tôi kịp đưa hàng ra cảng.

請你儘快補充信用狀，以便我們來得及送貨到港口。

1 Anh đã xem qua bản thanh toán này chưa?
你已經看過這份請款單了嗎？

2 Công ty đã đồng ý nội dung hợp đồng mà tôi đã
thương lượng với ông.
公司已同意，我跟您討論過的合約內容。

3 Chúng ta đã thống nhất về giá cả, bây giờ cần thương
lượng về điều khoản thanh toán.
價格我們已經談妥，現在只要討論付款的條件。

4 Chúng tôi có thể thanh toán bằng séc không?
我們可以使用支票付款嗎？

5 Phải thanh toán hết tiền trước khi giao hàng lên tàu.
在送貨到船上之前，貨款一定要付清。

6 Ông có thể nhận hàng xong mới thanh toán.
您可以貨到付款。

7 Nếu ông thanh toán tiền mặt thì sẽ được giảm giá 5%.
如果您用現金付款，就會有5%的優惠。

8 Chúng tôi muốn ông sử dụng thư tín dụng không hủy
ngang.
我們希望您使用的信用狀是中途不能解約。

9 Chúng tôi có thể tiếp tục kiểm soát những rủi ro tài chính theo cách này.

我們可以繼續以此方式來追蹤財務的風險。

10 Thư tín dụng là phương thức thanh toán thông thường trong mậu dịch thương mại.

信用狀是貿易常採用的付款方式。

Bài 10 > CÁC LOẠI DỊCH VỤ KHÁCH HÀNG（I）

第十課　客戶服務（一）

❶ Trung tâm phục vụ khách hàng 客服中心

Từ vựng 詞彙 152

1	xin hỏi ／ 請問
2	có thể ／ 可以
3	sửa ／ 修理
4	phòng ／ 房間
5	nằm ／ 躺、位於
6	trung tâm ／ 中心
7	lời ／ 話
8	đề nghị ／ 建議

9   thời hạn / 期限

10   sửa chữa / 維修

11   xin lỗi / 對不起

12   trả lời / 回答

13   lỗi / 缺陷、錯誤、瑕疵

14   trả lại / 退還

15   tư vấn / 諮詢

16   khách hàng / 客戶

17   thêm / 更多

18   điện thoại / 電話

19   liên hệ / 聯繫

20   vấn đề / 問題

21   rất / 很

22   đảm bảo / 保證

23	**chất lượng** / 品質
24	**sai sót** / 差錯
25	**tiếc** / 可惜
26	**khi** / ……的時候、當
27	**nghe** / 聽
28	**nói** / 說
29	**hài lòng** / 滿意

Câu mẫu 句型範例

1

1 Xin hỏi, ông cần gì ạ?
請問，您需要什麼呢？

2 Tôi có thể giúp gì cho bà?
我可以幫您什麼忙？

3 Hàng của bà đã sửa xong.
您的東西已經修理完畢。

4 Trung tâm dịch vụ khách hàng ở tầng 3.
客戶服務中心在3樓。

5 Cảm ơn lời đề nghị của ông.
謝謝您的提議。

6 Thời hạn sửa chữa là 3 tháng.
修理期限為3個月。

7 Công ty sẽ bồi thường cho bà.
公司會給您賠償。

8 Chúng tôi thành thật xin lỗi anh.
我們深感抱歉。

2 🎧 154

1 Ngày mai chúng tôi sẽ trả lời ông.
我們明天會回覆您。

2 Hàng lỗi có thể trả lại trong vòng 7 ngày.
瑕疵品可以在7天內退貨。

3 Chúng tôi sẽ xem xét và giải quyết cho ông.
我們會考慮，並幫您解決。

4 Chúng tôi cung cấp dịch vụ bảo hành trong vòng 1 năm.
我們有提供一年的保固服務。

5 Hàng hỏng có thể trả lại trong vòng 3 ngày sau khi mua.
購買後，瑕疵品可以在3天內退貨。

6 Mời anh đến trung tâm dịch vụ khách hàng để được tư vấn thêm.
需要更多的諮詢，請到客戶服務中心。

7 Số điện thoại dịch vụ bảo hành của chúng tôi là 0913.888.678.
我們的保固服務電話為0913-858-678。

8 Nếu hàng hóa có vấn đề, xin ông vui lòng liên hệ với phòng dịch vụ.
若商品有問題，請您跟服務處聯絡。

9 Chúng tôi đảm bảo với ông rằng chất lượng hàng hóa của chúng tôi rất tốt.
我們跟您保證，我們產品的品質非常好。

10 Chúng tôi có những dịch vụ chăm sóc khách hàng sau khi mua hàng.
我們提供售後服務。

11 Chúng tôi thành thật xin lỗi ông về những sai sót của nhân viên.
針對員工的錯誤，我們感到非常抱歉。

12 Tôi lấy làm tiếc khi nghe ông nói không hài lòng với hàng của chúng tôi.
聽到您說對我們的產品不滿意，我感到很可惜。

❷ Thời gian bảo hành 保固時間

Từ vựng 詞彙 155

1	**hàng** / 貨	
2	**hết hạn** / 過期	
3	**thời hạn** / 期限	
4	**đăng ký** / 登記	
5	**qua / quá** / 過	
6	**bảo hành** / 保固	
7	**sản phẩm** / 產品	
8	**thủ tục** / 手續	
9	**đơn giản** / 簡單	
10	**phức tạp** / 複雜	
11	**mạng** / 網路、網	

12 **tiện lợi** ／ 方便

13 **rườm rà / rắc rối / phiền phức** ／ 麻煩

14 **hiệu lực** ／ 有效

15 **năm** ／ 年、五（數字）

16 **tìm** ／ 找

17 **linh kiện** ／ 零件

18 **mới** ／ 新、才、剛剛

19 **trách nhiệm** ／ 責任

21 **giữ** ／ 保管、留、保留

22 **cẩn thận** ／ 小心、謹慎

23 **điểm** ／ 點、分、地點

24 **miễn phí** ／ 免費

25 **lắp đặt** ／ 安裝

26 **phần** ／ 份

27	trả	/	還、退還
28	lưu	/	劉、存檔、留
29	trên	/	上
30	sự cố	/	事故
31	đưa	/	給
32	gọi	/	打
33	điện thoại	/	電話
34	gần	/	近
35	xa	/	遠
36	kỹ thuật	/	技術

Câu mẫu 句型範例

1 🎧 156

1 Hàng đã hết hạn bảo hành.
產品的保固時間已到期。

2 Sắp hết hạn bảo hành rồi.
保固期限快到了。

3 Sản phẩm này có bảo hành.
這種產品有保固。

4 Hàng này không có bảo hành.
這種產品沒有保固。

5 Thủ tục bảo hành rất đơn giản.
保固手續很簡單。

6 Thời hạn bảo hành trong 6 tháng.
保固期間為6個月。

7 Đăng ký bảo hành qua mạng rất tiện.
上網填寫產品保固是很方便的。

8 Khách hàng không thích thủ tục rườm rà.
客戶不喜歡複雜的手續。

1. Giấy bảo hành sẽ có hiệu lực trong vòng 1 năm.
   保固卡有期限為一年。

2. Chúng tôi đang tìm linh kiện mới để thay thế.
   我們在找新的零件來更換。

3. Thời gian đổi hàng trong 3 ngày kể từ ngày mua.
   貨品更換的期間為購買後3天之內。

4. Từ tháng sau sẽ tăng thời hạn bảo hành thêm 1 năm nữa.
   下個月起保固期間會多了一年。

5. Đây là giấy bảo hành của ông, xin ông vui lòng giữ cẩn thận.
   這是您的保固卡，請您妥善保管。

6. Ở Việt Nam chúng tôi có nhiều điểm dịch vụ bảo hành.
   在越南我們有很多保固服務點。

7. Kích thước không phù hợp do vậy phải đợi gửi hàng về.
   尺寸不符，因此要等寄新的貨品來。

8 Lắp đặt máy tính là một phần trong dịch vụ miễn phí của chúng tôi.

電腦安裝是我們免費服務的其中一項。

3

1 Nếu máy tính có vấn đề, ông có thể trả lại máy trong 1 tuần.

如果電腦有問題，在一個星期內您可以退貨。

2 Thời hạn bảo hành đã đăng ký trên mạng, không cần viết giấy bảo hành.

保固期間已在網路上登錄了，不用另外寫保固卡。

3 Nếu máy điều hòa gặp sự cố, ông có thể sửa nó ở dịch vụ của chúng tôi.

如果冷氣故障，您可以在我們的服務中心維修。

4 Anh có thể đưa hàng hoặc gọi điện thoại cho điểm dịch vụ gần nhất là được.

你可以打電話或把貨送到最近服務站即可。

5 Nếu ông mua ti vi ở cửa hàng chúng tôi, công ty sẽ cho người chở về tận nhà cho ông.

如果您在我們商店買電視，公司會派人運送到府。

6 Máy tính được bảo hành trong 3 năm, ngoài ra chúng tôi sẽ lắp đặt và kiểm tra miễn phí.

電腦有3年的保固期，另外我們會提供免費安裝及檢查服務。

7 Nếu sản phẩm bị hỏng bà có thể gọi điện cho chúng tôi, công ty sẽ cử nhân viên kỹ thuật đến sửa cho bà.

如果產品故障，您可以打電話給我們，公司會派技術人員來幫您維修的。

❸ Phản ánh của khách hàng 客戶反映

Từ vựng 詞彙 159

1	**khu / khu vực**	╱	區、地區
2	**ồn ào**	╱	吵
3	**phòng**	╱	房間
4	**bận**	╱	忙
5	**quá... / ...lắm**	╱	太、過

6 **giường** ／ 床

7 **hẹp** ／ 窄

8 **hàng hóa** ／ 貨物

9 **bừa bãi** ／ 亂七八糟

10 **thái độ** ／ 態度

11 **màu** ／ 顏色

12 **sáng** ／ 亮、早上

13 **rẻ** ／ 便宜

14 **tác phong** ／ 作風

15 **kém** ／ 差

16 **phục vụ** ／ 服務

17 **xử lý** ／ 處理

18 **linh hoạt** ／ 靈活

19 **kiểu** ／ 款式

20	đẹp	/	好看
21	nước sôi	/	熱水
22	nói chuyện	/	談、說話
23	giám đốc	/	經理
24	an toàn	/	安全
25	thờ ơ	/	冷淡
26	sai sót	/	錯誤
27	mẫu mã	/	款式
28	trong	/	裡、內
29	đáp ứng	/	滿足、供應
30	nhu cầu	/	需求
31	thị hiếu	/	愛好、需求
32	thủ tục	/	手續
33	hải quan	/	海關

34　**kịp** ／ 來得及

35　**không kịp** ／ 來不及

36　**chắc chắn** ／ 確定、肯定

37　**sẽ** ／ 會、就

38　**ảnh hưởng** ／ 影響

39　**tiến độ** ／ 進度

40　**sản xuất** ／ 生產

Câu mẫu 句型範例

1　🎧 160

1　Khu này rất ồn ào.
　　這一區很吵。

2　Phòng này bẩn quá.
　　這間房間太髒了。

3   Phòng 1089 có mùi thuốc lá.
1089號房有煙味。

4   Phòng đôi nhưng không gian rất nhỏ.
雙人房，但是空間很小。

5   Giường này quá to (lớn).
這張床好大喔。

6   Đồ đạc để rất bừa bãi.
物品亂放。

7   Tác phong làm việc chậm.
工作風格很慢。

8 Thái độ làm việc kém.
工作態度差勁。

9 Thái độ làm việc rất tệ.
工作態度很差。

10 Thái độ phục vụ rất tốt.
服務態度很好。

2 🎧 161

1 Dịch vụ này không tốt lắm.
這項服務不是很好。

2 Xử lí công việc rất linh hoạt.
處理事情很靈活。

3 Ở đây có mùi nước hoa nồng nặc.
在這裡有濃濃的香水味。

4 Thời gian giao hàng đã quá hạn.
交貨時間已經過了。

5 Bữa sáng hôm nay không ngon.
今天的早餐不好吃。

6 Thái độ phục vụ của nhân viên không tốt.
職員的服務態度不好。

1. Trong phòng không có nước nóng.
房間裡沒有熱水。

2. Máy nước nóng hỏng (hư) rồi.
熱水器故障了。

3. Tôi muốn nói chuyện với giám đốc.
我想跟經理談一談。

4. Ở đây không được an toàn cho lắm.
在這裡不是很安全。

5. Người phục vụ thờ ơ với khách hàng.
服務人員對客人很冷淡。

6. Hàng hóa của ông chất lượng không tốt (kém).
您的產品品質很差。

7. Anh cần xem lại cách đối xử của anh với khách hàng.
你要檢討你對客戶的態度。

8. Chúng tôi nghĩ hàng này không đảm bảo chất lượng.
我們認為此貨的品質不保證。

1. Chất lượng hàng không đạt tiêu chuẩn.
貨物品質沒有達到標準。

2. Công ty sản xuất đồ chơi sai mẫu mã.
公司生產玩具的成品與樣本不一致。

3. Nội dung bản thiết kế trong hợp đồng này là sai.
合約裡的設計圖內容不對。

4. Công ty A báo thủ tục rắc rối, nên không kịp để rút hàng.
A公司回報說手續很複雜，因此來不及提貨（清關）。

5. Hàng hóa của công ty chúng ta được giới trẻ ưa chuộng.
我們公司的產品受年輕人喜愛。

6. Mẫu thiết kế lần này không đáp ứng được nhu cầu thị hiếu của khách hàng.
本次的設計樣品沒辦法滿足客戶的愛好。

7. Khách hàng báo không làm kịp thủ tục hải quan để đưa hàng lên tàu.
客戶說貨物來不及上船，因為出口手續還沒辦好。

8. Xưởng gia công báo hàng lần này lỗi rất nhiều, do vậy sẽ ảnh hưởng đến tiến độ xuất hàng.
加工廠告知這次的物料有很多瑕疵，因此會影響出貨的進度。

❹ Giải quyết sự cố 處理事故

Từ vựng 詞彙

1 vì ／ 因為

2 bất cẩn ／ 不謹慎、不小心

3 giải quyết ／ 解決

4 ngay ／ 馬上

5 đó ／ 那

6 là ／ 是

7 sự ／ 事

8 hiểu nhầm ／ 誤會

9 sự cố ／ 事故

10 xử lý ／ 處理

11 phải ／ 應該

12　máy　／　機器

13　kỹ thuật　／　技術

14　lò vi sóng　／　微波爐

15　mới　／　新

16　bị　／　被、叫、讓

17　tủ lạnh　／　冰箱

18　đã　／　已經

19　sửa　／　修理

20　xong　／　完

21　xảy ra　／　發生

22　ngoài ý muốn　／　意料之外、意外

23　bồi thường　／　賠償

24　thiệt hại　／　損害

25　vụ nổ　／　爆炸案

26 **hàng không** ／ 航空

27 **cảng** ／ 港

28 **quốc tế** ／ 國際

29 **đang** ／ 正在

30 **chạy** ／ 跑

31 **dừng** ／ 停

32 **đột ngột** ／ 突然

33 **chuẩn bị** ／ 準備

34 **theo** ／ 跟著

35 **hứa** ／ 承諾

36 **với** ／ 和、跟

37 **giá cả** ／ 價格

38 **mức thấp nhất** ／ 最低

39 **mất** ／ 丟、不見、過世、花（時間）

40 lịch sự ╱ 禮貌

41 thành thật ╱ 誠懇

42 hôm nay ╱ 今天

43 hàng hóa ╱ 貨物

44 chất lượng ╱ 品質

45 kỹ sư ╱ 工程師

46 khắc phục ╱ 克服

47 vô ý ╱ 無意中、大意

48 điều khoản ╱ 條款

49 hai ╱ 二、兩

50 bên ╱ 方、邊

51 thỏa thuận ╱ 協商

52 nóng ╱ 熱

53 lạnh ╱ 冷

54	lúc	/	時
55	ngắt lời	/	打斷（別人的話）、插嘴
56	e rằng	/	恐怕
57	không thể	/	不能
58	chấp nhận	/	接受
59	mức yêu cầu	/	要求標準
60	này	/	這、此
61	đưa ra	/	提出
62	đáp ứng	/	答應

1 🎧165

1 Tôi xin lỗi chị vì sự bất cẩn của tôi.
因為我的疏忽，向您表示道歉。

2 Tôi sẽ giải quyết ngay.
我會馬上處理。

3 Thành thật xin lỗi anh, đây chỉ là sự hiểu nhầm.
非常抱歉，這只是誤會。

4 Sự cố này anh phải xử lí ngay.
此事情你要馬上處理。

5 Máy này có vấn đề về kỹ thuật.
這台機器程式上有問題。

6 Lò vi sóng mới mua đã bị hỏng.
微波爐剛買就壞了。

7 Tủ lạnh mới sửa xong lại hỏng rồi.
冰箱剛修好又壞了。

8 Chúng tôi sẽ sửa ngay cho anh chị.
我們會馬上幫您們修理。

1 Sự cố xảy ra ngoài ý muốn của tôi.
事情發生在我預料之外。

2 Để tôi bồi thường thiệt hại cho anh chị.
我會給你們賠償損失。

3 Xin lỗi, đó là trách nhiệm của chúng tôi.
抱歉，那是我們的責任。

4 Vụ cháy xảy ra tại cảng hàng hóa.
失火發生在貨物港。

5 Xe này đang chạy tự nhiên chết máy.
這台車在行駛中突然熄火。

6 Anh ta đang quát to bỗng đột ngột dừng lại.
他在大聲大罵忽然停了下來。

7 Chúng tôi chuẩn bị bồi thường theo hợp đồng.
我們準備依合約賠償。

8 Tôi hứa với ông giá cả sẽ tính ở mức thấp nhất.
我跟您承諾會以最低的價格計算。

1 Xin lỗi ông vì sự mất lịch sự của nhân viên tôi.
因我們員工的失禮，向您致歉。

2 Thành thật xin lỗi ông bà về sự cố xảy ra trong ngày hôm nay.
今天發生的事向您們表達歉意。

3 Hàng hóa bảo đảm đạt chất lượng tốt nhất.
貨物品質保證會做到最好的。

4 Mong cô thông cảm cho sự cố xảy ra ngoài ý muốn này.
發生意外的事故，希望您能諒解。

5 Máy lạnh lúc nóng lúc lạnh, nhiệt độ không ổn định.
冷氣忽冷忽熱，溫度不穩定。

6 Tôi sẽ cử kỹ sư đến khắc phục thiệt hại sản xuất cho quý công ty.
我會派工程師來為貴公司克服生產的損失。

🎧 168

1

Chúng tôi xin lỗi vì đã vô ý ngắt lời ông.

抱歉，無意中打斷您的話了。

2

Công ty sẽ giải quyết các điều khoản bồi thường cho chị.

公司會為您處理賠償各項條款。

3

Hy vọng hai bên có thể thỏa thuận được giá cả bồi thường.

希望雙方可以達成賠償的共識。

4

Tôi e rằng công ty A không thể chấp nhận mức yêu cầu bồi thường này.

我恐怕A公司不能接受此賠償的標準。

5

Mức giá bồi thường mà ông đã đưa ra chúng tôi không thể đáp ứng được.

你所提的賠償金額，我方無法答應。

❺ Điều tra nguyên nhân 調查原因

Từ vựng 詞彙 169

1 **số** ／ 號碼

2 **nó** ／ 他、她、它（東西）

3 **luôn** ／ 總是

4 **lần** ／ 次

5 **chờ / đợi** ／ 等

6 **báo** ／ 告訴

7 **quản lý** ／ 管理

8 **hóa đơn** ／ 收據、發票

9 **xuất** ／ 出

10 **làm** ／ 做、弄

11 **rõ** ／ 清楚

12 nguyên nhân ／ 原因

13 chuyển ／ 送（貨）、轉

14 đổi ／ 換、變

15 suất ăn ／ 餐點、一份餐點

16 khác ／ 別的

17 một lát ／ 一下

18 xem sao ／ 看看

19 lý do ／ 理由

20 chính ／ 真正、正、政

21 phải ／ 是、對

22 miễn phí ／ 免費

23 nối máy ／ 連線、轉接

24 bộ phận ／ 部門、單位

25 xảy ra ／ 發生

26 vì sao ／ 為什麼

27 máy ／ 機器

28 liên tục ／ 一直、連續

29 như vậy ／ 如此

30 trình bày ／ 說明

31 xưởng trưởng ／ 廠長

32 thường xuyên ／ 經常

33 cháy ／ 著火

34 giải quyết ／ 解決

35 đơn ／ 單、書（申請書的書）

36 khiếu nại ／ 投訴

37 Minh ／ 阿明

1 🎧 170

1. Chúng tôi sẽ điều tra nguyên nhân và trả lời cho ông ngay trong ngày hôm nay.
我們會調查原因，並且今天就會回覆您。

2. Chúng tôi đang tìm hiểu nguyên nhân.
我們正在了解原因中。

3. Tôi đã báo với nhân viên quản lý rồi.
我已通知管理人員了。

4. Cô cho tôi xem hóa đơn mua hàng.
請妳給我看發票。

5. Chúng tôi đang làm rõ nguyên nhân.
我們在釐清原因。

6. Số hàng bị thiếu công ty sẽ chuyển bù ngay cho ông.
缺少的那些貨，公司會馬上補給您。

7. Thành thật xin lỗi ông. Chúng tôi sẽ đổi ngay suất ăn khác cho ông.
非常抱歉，我們會馬上給您換新的餐點。

8 Anh đợi tôi một lát, tôi hỏi thư kí xem sao.
你等我一下，我問秘書看看。

2 🎧 171

1 Nguyên nhân này không phải là lý do chính.
這個原因不是真正的理由。

2 Chúng tôi sẽ trả lại hàng cho công ty anh.
我們將會把貨退還給你們公司。

3 Hàng này hàng bị hỏng, công ty sẽ đổi lại cái mới cho bà.
此貨為瑕疵品，公司會換新的給您。

4 Chúng tôi sẽ giải quyết việc này trong ngày mai.
明天我們會處理此事。

5 Đây là lỗi của chúng tôi, chúng tôi sẽ giải quyết ngay.
這是我們的錯，我們會馬上處理。

6 Anh chờ tôi một chút, tôi nối máy đến bộ phận dịch vụ.
你等我一下，我幫您轉接給客服部。

7 Anh không nói thật nguyên nhân xảy ra sự việc.
你沒把事情真相說出來。

8　Nguyên nhân chủ yếu là do công ty A vi phạm hợp đồng, không xuất hàng đúng hạn.
主要的原因是A公司違約，無如期出貨。

3 🎧 172

1　Anh tìm hiểu xem nguyên nhân vì sao máy lại hỏng liên tục như vậy?
你瞭解一下，為什麼機器一直故障呢？

2　Anh Minh đã trình bày nguyên nhân máy hỏng với xưởng trưởng rồi.
明哥已經跟廠長說明機器故障的原因了。

3　Anh hỏi xem nguyên nhân vì sao mà cô ấy thường xuyên làm cháy máy vậy?
你問問看，為什麼她常常把機器弄壞了呢？

4　Chúng tôi đã điều tra và tìm ra nguyên nhân; đồng thời sẽ giải quyết đơn khiếu nại của ông ngay.
我們已調查且找出原因了，同時也會馬上處理您的申訴。

❻ Làm rõ nguyên nhân 釐清原因

Từ vựng 詞彙 173

1	nguyên nhân	/ 原因
2	rõ ràng	/ 清楚
3	phải	/ 應該
4	tìm hiểu	/ 瞭解
5	chính	/ 真正、正、政
6	bằng chứng	/ 證據
7	kết luận	/ 結論
8	cấm	/ 禁止
9	nhập khẩu	/ 進口
10	chưa	/ ……了嗎？
11	sáng tỏ	/ 清楚

12 được ／ 得

13 phạt ／ 罰

14 do ／ 因為、由

15 nguồn nước ／ 水源

16 thải ／ 排放

17 việc ／ 事情

18 chi phí ／ 費用、支付

19 cao ／ 高、貴（指價錢貴）

20 số giờ ／ 實數、多少時間

21 tăng ca ／ 加班

22 vượt ／ 超過、越過、超

23 mức ／ 標準

24 quy định ／ 規定

25 kết quả ／ 結果

26 cục / 局、塊 (石頭)

27 kiểm tra / 檢查

28 thực phẩm / 食品

29 đáng / 值得

30 tin cậy / 信賴、信任

31 công ty / 公司、企業

32 tiền / 錢

33 điện / 電

34 tiết kiệm / 節儉

35 mọi người / 大家

36 lãng phí / 浪費

37 ai / 誰

38 quản lý / 管理

39 môi trường / 環境

40　thiệt hại　／　損害、損失

41　gây　／　導致、引起

42　vật chất　／　物質

43　xuất khẩu　／　出口

44　mặt hàng　／　貨物

45　thanh tra　／　調查

46　ăn hối lộ　／　收賄、賄賂

47　chia hoa hồng　／　分紅

48　phá sản　／　破產

49　mặc dù　／　雖然

50　đơn kiện　／　申訴書、申訴單

51　đúng　／　對、是

52　yếu tố　／　要素

53　thành thật　／　誠懇、真心

54 **không thể** ／ 不可能

55 **chấp nhận** ／ 接受

56 **vận chuyển** ／ 托運

57 **chịu trách nhiệm** ／ 負責

58 **thanh toán** ／ 付款、請款、結帳

59 **dường như** ／ 好像

60 **đóng gói** ／ 包裝

61 **giải quyết** ／ 解決、處理

1 🎧 174

1. Nguyên nhân không rõ ràng.
原因不明確。

2. Phải tìm ra nguyên nhân chính.
要找出主要原因。

3. Ông bà có bằng chứng nào không?
您們有什麼證據嗎？

4. Họ kết luận đây là hàng cấm nhập khẩu.
他們的結論，這是禁止進口的貨品。

5. Có nhiều nguyên nhân chưa được làm sáng tỏ.
有很多原因尚未釐清。

6. Nguyên nhân bị phạt là do việc xử lý nước thải có vấn đề.
罰款原因就是廢水處理有問題。

7. Việc chi phí cao là do số giờ tăng ca vượt mức quy định.
成本變高是因為加班時數超標。

8. Kết quả báo cáo của Cục An toàn thực phẩm là rất đáng tin cậy.
食安局的檢驗報告是很可靠的。

1. Công ty trả tiền điện nhiều là do nhân viên không tiết kiệm điện..
   因為員工不節省用電，所以公司要付很多電費。

2. Nguyên nhân chính mà mọi người lãng phí là không có ai quản lí.
   大家浪費的主要原因是因為沒有人管理。

3. Cục môi trường đã làm rõ nguyên nhân ô nhiễm nguồn nước.
   環保局已調查水質汙染的原因。

4. Chúng tôi sẽ làm rõ nguyên nhân gây ra thiệt hại.
   我們會調查損失的原因。

5. Hải quan đã quyết định giữ hàng của chúng ta.
   海關決定扣留我們的貨物。

6. Công ty chúng ta xuất khẩu mặt hàng này.
   我們公司出口此貨品。

7. Kết quả thanh tra cho thấy việc đóng gói là nguyên nhân gây ra thiệt hại chính.
   根據調查結果，包裝是發生損失的主要原因。

8. Việc mà anh nói thật sự là không thể tin được.
   你說的那件事真是不可思議。

1. Làm thế nào để giải quyết việc này đây?
   這件事要如何解決呢？

2. Việc ăn hối lộ và chia hoa hồng là một hiện tượng xấu trong xã hội ngày nay.
   收賄及分紅是今日社會的敗壞門風之現象。

3. Giám đốc ăn tiêu hoang phí là nguyên nhân chính làm cho công ty phá sản.
   經理吃喝玩樂浪費錢，是公司破產的主要原因。

4. Mặc dù đơn kiện là đúng, nhưng vẫn có những yếu tố sai khác trong yêu cầu bồi thường.
   雖然訴訟書是對的，但還有一些賠償要求因素不對的。

5. Chúng tôi thành thật xin lỗi, chúng tôi không thể chấp nhận yêu cầu bồi thường của quý công ty đưa ra.
   非常抱歉，我們無法接受貴公司提出賠償要求。

6. Công ty vận chuyển và công ty bảo hiểm sẽ chịu trách nhiệm thanh toán tiền bồi thường, chúng tôi không thanh toán.
   托運公司及保險公司會負責賠償，我們不會付款的。

Bài 11 > CÁC LOẠI DỊCH VỤ KHÁCH HÀNG（Ⅱ）

第十一課　客戶服務（二）

❶ Yêu cầu bồi thường 要求賠償

Từ vựng 詞彙

1	bị	/	被
2	thất lạc	/	遺失
3	vỡ	/	破壞
4	giao	/	交、送
5	địa chỉ	/	地址
6	hai	/	二、兩
7	mất	/	丟
8	hư (hỏng)	/	壞

9　một nửa　／　一半

10　gửi　／　寄

11　nghiêm trọng　／　嚴重

12　chỉ　／　只

13　giảm giá　／　打折

14　người　／　人

15　tiêu dùng　／　消費

16　bồi thường　／　賠償

17　cách　／　方法

18　hợp lý　／　合理

19　lựa chọn　／　選擇

20　ngoài　／　外、另外

21　cửa hàng　／　商店

22　không thể　／　不能

23	khi	/	時候
24	cước phí	/	費用
25	hàng mẫu	/	樣品
26	so với / so sánh	/	比、比較
27	sử dụng	/	使用
28	giải quyết	/	解決
29	đòi	/	要求
30	tuân theo	/	遵守
31	kiểm tra	/	檢查

Câu mẫu 句型範例

1 🎧 (178)

1 Hàng bị thất lạc.
貨物遺失。

2 Hàng vỡ nhiều quá.
貨物破壞太多了。

3 Hàng giao sai địa chỉ.
貨物送錯地址。

4 Hàng bị mất hai thùng.
貨物遺失兩箱。

5 Hàng bị hỏng hơn 1 nửa.
有超過一半貨物被損壞。

6 Hàng gửi đến bị hỏng rất nghiêm trọng.
寄來的貨有很嚴重的損壞。

7 Chúng tôi chỉ đồng ý mua hàng khi được giảm giá 5%.
價格要優惠5%，我們才購買。

8 Chất lượng hàng hóa không đạt tiêu chuẩn cho người tiêu dùng.
產品的品質未達到消費者的標準。

1. Chúng tôi đề nghị công ty bồi thường một cách hợp lý cho chúng tôi.

   我們要求公司給我們合理的賠償。

2. Tôi không có lựa chọn nào khác ngoài việc yêu cầu cửa hàng bồi thường.

   除了要求商店賠償，我沒有其他方法。

3. Chúng tôi không thể nhận hàng khi chúng không đáp ứng được các yêu cầu.

   當貨物不達到要求，我們不能收。

4. Ông phải chịu trách nhiệm thanh toán cước phí vận chuyển hàng phát sinh.

   您要負擔額外的運費。

5. Hàng hóa kém chất lượng so với hàng mẫu, chúng tôi không thể sử dụng chúng.

   產品品質比樣本差，我們不能使用。

6. Chúng tôi hy vọng bà sẽ giải quyết các yêu cầu về việc đòi bồi thường số hàng bị thiếu.

   關於缺貨賠償的要求，我們希望您會解決。

7. Chúng tôi yêu cầu ông bà phải tuân theo kết quả kiểm tra của Cục kiểm tra thực phẩm.

   我們要求你們要遵守食安局的檢查結果。

8 Căn cứ vào kết quả điều tra, chúng tôi yêu cầu quý công ty dựa theo các điều khoản trong hợp đồng để tiến hành bồi thường.

根據調查結果，我們要求貴公司依合約的條款進行賠償。

❷ Phúc đáp bồi thường　賠償的答覆

Từ vựng 詞彙 180

1　theo　/　根據

2　mẫu　/　樣品

3　phân tích　/　分析

4　lại　/　重（重複）、又、再

5　mức　/　標準

6　hợp lý　/　合理

7　được　/　到

8　thư　/　信

9　trả lời ／ 回答

10　ngày ／ 日期

11　điều khoản ／ 條款

12　ghi ／ 記

13　rõ ／ 清楚

14　đồng ý ／ 同意

15　giải quyết ／ 解決

16　đúng ／ 對

17　đưa ra ／ 提出

18　hữu nghị ／ 友誼

19　tình ／ 情

20　thiệt hại ／ 損害

21　có thể ／ 可以

22　do ／ 因為

23 **chất lượng** ／ 品質

24 **kém** ／ 差

25 **ký** ／ 簽

26 **xác định** ／ 確定

27 **cơ sở** ／ 基礎

28 **trả lại** ／ 退還

Câu mẫu 句型範例

1 🎧 181

1. Tôi sẽ bồi thường theo hợp đồng.
   我會按合約賠償。

2. Chúng tôi sẽ gửi mẫu phân tích mới lại cho bà.
   我們會重寄新的分析表給您。

3. Mức giá yêu cầu này là không hợp lý.
   要求的價格不合理。

4

Chúng tôi hiểu các vấn đề của công ty.

我們瞭解公司的各問題。

5

Trong vòng 3 ngày công ty ông sẽ nhận được thư trả lời của tòa án.

在3天內您公司會收到法院的答覆信件。

6

Điều khoản hợp đồng không ghi rõ mức bồi thường.

合約條款無備註賠償標準。

7

Nếu chúng tôi không đồng ý giải quyết các yêu cầu của bà thì sao?

如果我們不同意解決您的要求呢？

8

Công ty sẽ đáp ứng đúng mức bồi thường mà ông đưa ra.

公司會滿足您所提出賠償要求。

2 🎧 182

1

Họ sẽ bồi thường cho anh số hàng bị thiếu.

缺少的貨量，他們會賠償給您。

2

Chúng tôi hy vọng có thể giải quyết các vấn đề với tình hữu nghị.

我們希望可以以友誼來解決問題。

3

Công ty có lỗi thì sẽ bồi thường thiệt hại cho khách hàng.

如果公司有錯，就會賠償損失給客戶的。

4 Công ty sẽ không bồi thường nếu mức yêu cầu mà khách hàng đưa ra là quá cao.
若客戶提出的要求過高，公司就不會賠償。

5 Chúng tôi sẽ kiểm tra và đối chiếu lại mức bồi thường theo hợp đồng mà hai bên đã ký.
我們會核對雙方已簽約的賠償金。

6 Chúng tôi đề nghị giải quyết việc bồi thường trên cơ sở mỗi bên chịu một nửa.
我們建議依賠償原則各承擔一半。

7 Nếu xác định đúng nguyên nhân là do hàng hóa kém chất lượng thì chúng tôi sẽ trả lại tiền cho bà.
如果確定原因是產品品質太差，我們就會退錢給您。

❸ Cam đoan 承諾

Từ vựng 詞彙 183

1 **hứa** ／ 許諾、承諾、保證

2 **thưa** ／ 敬（敬語：跟長輩的人說話的時候常用）

3 **ra** ／ 出來

4 lần thứ hai ／ 第二次

5 gửi ／ 寄

6 thay thế ／ 代替

7 tái phạm ／ 再犯

8 nữa ／ 再

9 cảng ／ 港口

10 trước ／ 先

11 điều đó ／ 那件事

12 thất vọng ／ 失望

13 chuyến ／ 次

14 sau ／ 後

15 giao ／ 交

16 đúng thời hạn ／ 按時

17 đâu ／ 哪、吧（語氣助詞）

18 lần nữa ／ 再次

19 gây ／ 惹

20 ạ ／ 啊、呀（語氣助詞，晚輩跟長輩講話時所用的敬語）

21 điều này ／ 這件事

22 thực hiện ／ 實行、執行

23 kế hoạch ／ 計畫

24 chất lượng ／ 品質

25 chuyến bay ／ 班機

26 do ／ 由

27 trễ ／ 延誤

28 lỗi ／ 錯誤

29 quý khách ／ 顧客

1 🎧 184

1. Tôi hứa sẽ làm ngay thưa ông.
   我保證會馬上處理。

2. Chúng tôi sẽ tìm ra nguyên nhân.
   我們會找出原因。

3. Chúng tôi xin hứa sẽ không có lần thứ 2 nữa ạ.
   我們保證不會再有第二次。

4. Tôi sẽ gửi hàng thay thế cho ông ngay.
   我會馬上寄代替品給您的。

5. Việc này sẽ không có sự tái phạm nữa.
   此事不會再犯了。

6. Hàng sẽ đến cảng Đà Nẵng trước ngày 27 tháng 8.
   在8月27日之前，貨會抵達峴港港口。

7. Điều đó sẽ không làm cho ông quá thất vọng.
   那不會讓您太失望的。

8. Chuyến hàng sau sẽ được giao đúng thời hạn.
   下一批貨會準時交貨。

1. Chúng tôi cam đoan có thể tìm ra hàng mới cho bà.
我們保證可以找到新貨給您的。

2. Tôi xin hứa việc này chỉ có thể xảy ra một lần.
我保證這件事只能發生一次。

3. Chúng tôi sẽ làm rõ nguyên nhân gây ra thiệt hại.
我們會找出造成損壞的原因。

4. Tôi cam đoan với ông điều đó sẽ không xảy ra nữa.
我向您保證這種事不會再次發生了。

5. Điều này sẽ được thực hiện trong vòng 1 tiếng nữa.
這件事會在一個小時之內進行。

6. Chúng tôi sẽ thực hiện kế hoạch này trong chiều nay.
今天下午我們會執行該計畫。

7. Về việc bảo đảm chất lượng hàng hóa là do anh Bình chịu trách nhiệm.
關於品質保證由平哥負責。

8. Chuyến bay bị trễ là do trục trặc về kỹ thuật. Chúng tôi sẽ bồi thường thiệt hại cho quý khách.
班機延誤是技術上出了問題，我們會負責賠償給客戶。

9 Đây là do lỗi của chúng tôi, chúng tôi sẽ chịu hoàn toàn trách nhiệm.

這是我們的錯，我們會負起全責。

❹ Xử tranh chấp 處理爭議

Từ vựng 詞彙 186

1	**khi** / 時候、當時、當
2	**ra tòa** / 出庭
3	**chú ý** / 注意
4	**xử lý** / 處理
5	**đất đai** / 土地
6	**tranh chấp** / 爭執
7	**từ trước** / 之前
8	**thì** / 就

9　làm gì ／ 做什麼

10　thuê ／ 請、租

11　luật sư ／ 律師

12　vụ án ／ 案件

13　hoạt động ／ 活動

14　trọng tài ／ 仲裁、裁判

15　giám sát ／ 監督

16　đã ／ 已經

17　rồi ／ 了

18　thường ／ 常

19　giải quyết ／ 解決

20　tốt nhất ／ 最好

21　đơn kiện ／ 訴訟書

22　bên ／ 方

23 thực hiện ／ 實現

24 sao ／ 怎麼樣、如何、呢

25 quyết định ／ 決定

26 làm ／ 做、搞

27 kinh tế ／ 經濟

28 xung đột ／ 衝突

29 thương lượng ／ 商量

30 kiện tụng ／ 訴訟

31 tố cáo ／ 提告

32 liên doanh ／ 聯營

33 tòa án ／ 法院

34 thông qua ／ 通過

35 giữa ／ 之間

36 thủ tục ／ 手續

37 vụ kiện / 訴訟案

38 hòa giải / 和解

Câu mẫu 句型範例

1 🎧 187

1
Khi ra tòa cần chú ý những gì?
出庭時要注意什麼事情？

2
Xử lí về việc tranh chấp đất đai.
處理土地糾紛事情。

3
Việc tranh chấp này xảy ra từ trước.
糾紛事情之前就發生了。

4
Khi xảy ra tranh chấp thì nên làm gì?
發生糾紛時應該要做什麼？

5
Ở Đài Loan phí thuê luật sư có cao không?
在臺灣請律師的費用高不高？

6
Tòa án thụ lý và phán quyết các chi tiết của vụ án.
法院審理及裁判各項案件。

7 Tòa án xử lý vụ tranh chấp này đã hơn nửa năm rồi.
法院已處理此糾紛案件超過半年了。

8 Ông thường giải quyết các loại tranh chấp nào?
您常處理哪些類型的糾紛呢？

2 🎧 188

1 Việc tranh chấp tốt nhất là nộp hồ sơ cho tòa án.
糾紛事情最好將案件交給法院。

2 Nếu một bên không thực hiện các quyết định thì sao?
如果單一方不執行判決的條款呢？

3 Làm ăn kinh tế không ai muốn gây xung đột và tranh chấp.
做生意沒有人想引起衝突及糾紛。

4 Tôi muốn thương lượng với ông về các điều khoản kiện tụng.
我想跟您商量有關訴訟的各條款。

5 Thưa luật sư, chúng tôi có thể đưa đơn tố cáo công ty A không?
請教律師，我們可以提告A公司嗎？

6　Khi có tranh chấp giữa các công ty liên doanh thì phải thông qua tòa án quốc tế.

當各聯營公司發生糾紛時，需要透過國際法院。

❺ Thương lượng　商量

Từ vựng 詞彙　 189

1　**đại diện** ／ 代理商

2　**thương lượng** ／ 商量

3　**trước** ／ 先

4　**bên** ／ 方

5　**hòa giải** ／ 和解

6　**trực tiếp** ／ 直接

7　**gián tiếp** ／ 間接

8　**hoặc** ／ 或者

9   xem xét ／ 查看

10   sự kiện ／ 事件

11   tất cả ／ 所有

12   vụ việc ／ 案件

13   tiến hành ／ 進行

14   đồng ý ／ 同意

15   khác nhau ／ 區別

16   hầu hết ／ 大部分

17   cách ／ 方法

18   vụ ／ 個（一個案件）

19   thông qua ／ 通過

20   nhất ／ 最

21   điều kiện ／ 條件

22   mà ／ 而

23　quyết định　／　決定

24　không thành　／　不成

25　quốc tế　／　國際

26　đầu tiên　／　首先

27　bước　／　步

28　khoản　／　款

29　trách nhiệm　／　責任

30　yêu cầu　／　要求

31　phân xử　／　判決

32　tổ chức　／　組織

33　mọi lúc　／　任何時候

34　đưa　／　提出

35　đơn　／　書、單

36　kiện　／　訴訟

Câu mẫu 句型範例

1 🎧 190

1 Anh nên tìm đại diện để thương lượng trước.
您應該先找代理商進行商量。

2 Các bên có thể hòa giải trực tiếp hoặc gián tiếp.
雙方可以直接或間接和解。

3 Trọng tài sẽ xem xét tất cả các sự kiện của vụ việc.
裁判會審核所有案件的事實。

4 Hai bên có thể tiến hành thương lượng và hòa giải.
雙方可以進行商量及和解。

5 Hy vọng họ sẽ đồng ý các điều kiện mà chúng ta đưa ra.
希望他們會同意我們所提出的條件。

6 Nếu hòa giải không thành thì phải đưa ra tòa án để giải quyết.
如果和解不成，就要提交給法院處理。

7 Nếu thương lượng không thành, thì các bên sẽ tiến hành đưa đơn kiện.
如果協商不成，雙方就會進行訴訟。

8 Trọng tài quốc tế có thể giải quyết các loại tranh chấp khác nhau.
國際仲裁可以解決各種不同的糾紛案件。

2 🎧 191

1 Hầu hết các vụ tranh chấp có thể được giải quyết thông qua hòa giải.
大部分糾紛案件可以透過和解的方式處理。

2 Cách tốt nhất để giải quyết các tranh chấp giữa các bên là thương lượng.
雙方糾紛最好的解決辦法就是商量。

3 Chúng ta không nên chưa thương lượng mà đã đưa đơn kiện lên tòa án.
我們不該沒協商就直接到法院提出訴訟。

4 Nếu có tranh chấp xảy ra, đầu tiên các bên sẽ giải quyết thông qua thương lượng.
如果發生糾紛，首先雙方會透過協商處理。

5 Bước đầu tiên trong việc hòa giải là tìm ra các vấn đề và làm rõ trách nhiệm của đôi bên.
和解的第一步是找出各問題及釐清雙方的責任。

6. Nếu thương lượng và hòa giải đều không thành, thì vụ án sẽ do tòa án phán quyết.

如果協商及和解不成，案件就會由法院來裁決。

7. Hòa giải có thể được tổ chức trước khi trọng tài có quyết định phân xử.

在法院判決之前，可隨時提出和解。

❻ Xin lỗi khách hàng 向顧客表示歉意

Từ vựng 詞彙 192

1 **hàng tồn kho** ／ 庫存

2 **kho** ／ 倉庫

4 **rồi** ／ 了

5 **bây giờ** ／ 現在

6 **mẫu** ／ 樣品

7 **đổi** ／ 換

8　cỡ ／ 尺寸

9　e rằng ／ 恐怕

10　về ／ 回來、關於

11　không kịp ／ 來不及

12　xin lỗi ／ 對不起、抱歉

13　sữa ／ 牛奶

14　cung cấp ／ 提供

15　đáp ／ 回答

16　sớm ／ 提早

17　quần ／ 褲子

18　áo ／ 上衣

19　kiểu ／ 款式

20　giá ／ 價格

21　gọi điện ／ 打電話

22　khi ／ 時候

23　sáng mai ／ 明天早上

24　còn ／ 還有

Câu mẫu 句型範例

1  193

1　Hết hàng tồn kho rồi ạ.
庫存已經沒有了。

2　Thưa ông. Chúng tôi đã bán hết loại này rồi ạ.
先生您好！此貨品我們已銷售完畢。

3　Bây giờ chúng tôi đã hết hàng.
我們目前沒貨了。

4　Chúng tôi đang tìm mẫu mới cho bà.
我們正在幫您找新的樣式。

5　Cô có thể đổi kiểu khác cho tôi không?
妳可以幫我換其他款式嗎？

6 Ông muốn thử cỡ khác không?
您想試穿其他尺寸嗎？

7 Chúng tôi không có hàng trong kho.
我們沒有庫存。

8 Tôi e rằng hàng sẽ về không kịp ạ.
我怕貨會來不及抵達。

2 🎧 194

1 Xin lỗi, loại sữa này trong kho không còn.
抱歉，這個牛奶已經賣完了。

2 Ngày mai chúng tôi có thể cung cấp hàng.
明天我們可以供貨。

3 Xin lỗi cô hôm nay chúng tôi đóng cửa sớm.
不好意思，我們今天提早關門。

4 Xin lỗi chúng tôi hết mẫu váy mà bà cần rồi ạ.
不好意思，您要的裙子款式我們沒有了。

5 Xin lỗi cô, kiểu áo này không bán được giá đấy đâu ạ.
小姐，不好意思，此款上衣不能賣這個價錢。

6　Xin lỗi bà, cửa hàng chúng tôi không có quần loại này.
小姐，不好意思，我們店裡沒有這款褲子。

7　Chúng tôi sẽ gọi điện cho chị ngay khi hàng đến.
貨到我們就會馬上打電話通知您。

8　Tôi e rằng công ty anh sẽ không nhận được hàng ngay
trong chiều nay.
我怕今天下午您公司無法收到貨。

Bài 12 > CÁC LOẠI DỊCH VỤ TƯ VẤN

第十二課　各種諮詢服務

❶ Tư vấn về quảng cáo 廣告諮詢

Từ vựng 詞彙 195

1	**nội dung** / 內容
2	**quảng cáo** / 廣告
3	**chán** / 無聊
4	**tệ** / 差、幣別
5	**hay** / 好、還是、常
6	**đắt đỏ** / 昂貴、貴
7	**thiết kế** / 設計
8	**tốn kém** / 耗費、話費

9 **ngắn gọn** ／ 簡短、簡單

10 **súc tích** ／ 含蓄

11 **dịch vụ** ／ 服務

12 **càng** ／ 越來越、更

13 **tinh tế** ／ 精細

14 **phù hợp** ／ 符合、適合

15 **ổn** ／ 好、可以、穩定、穩

16 **chứ** ／ 嗎

17 **công ty** ／ 公司、企業

18 **thấy** ／ 見、看

19 **ý kiến** ／ 意見、建議

20 **sửa lại** ／ 修改

21 **đăng** ／ 登、刊登

22 **đạt** ／ 達到、達

23 vị trí ／ 位置

24 thích hợp ／ 適合

25 thuê ／ 租

26 mẫu ／ 樣品

27 người mẫu ／ 模特兒

28 chút ／ 一點

29 thị trường ／ 市場

30 xem lại ／ 再看

31 nghi ngờ ／ 懷疑、起疑

32 bán ／ 賣、售

33 tốn tiền ／ 花錢、浪費錢

34 doanh nghiệp ／ 企業

35 thu hút ／ 吸引

36 phải / nên ／ 應該

37	dễ	/	容易

38	nhớ	/	記住

39	và	/	和

40	vui nhộn / sinh động	/	生動

41	khán giả	/	觀眾、聽眾

42	ưu / ưu điểm / ưu thế	/	優點、優勢

43	nhược / nhược điểm	/	弱點

Câu mẫu 句型範例

1  196

1 Nội dung thiếu sự gây chú ý.
內容缺少吸引力。

2 Nội dung chán phèo.
內容好無聊。

x

3 Nội dung hấp dẫn.
內容有吸引力。

4 Nội dung không hấp dẫn chút nào.
內容一點也沒有吸引力。

5 Quảng cáo này tệ quá.
這則廣告太差了。

6 Quảng cáo này rất hay.
這則廣告很好看。

7 Ở đâu cũng có quảng cáo.
到處都有廣告。

8 Hiện nay, việc quảng cáo qua mạng rất thịnh hành.
現在網路廣告很流行。

2 🎧 197

1 Giá thành quảng cáo rất rẻ.
廣告價錢很便宜。

2 Công ty Hưng Phát thu phí quảng cáo rất đắt.
興發公司收廣告費很貴。

3 Quảng cáo trên ti vi rất đắt đỏ.
電視廣告很貴。

4 Thiết kế quảng cáo rất tốn kém.
廣告設計非常耗費。

5 Nội dung quảng cáo không đạt yêu cầu.
廣告內容沒達到要求。

6 Quảng cáo cần ngắn gọn, súc tích.
廣告要簡短、含蓄。

7 Dịch vụ quảng cáo ngày càng tinh tế.
廣告服務越來越精細。

8 Nội dung quảng cáo không phù hợp.
廣告內容不符合。

3 🎧 198

1 Nội dung và chủ đề quảng cáo không khớp nhau.
廣告主題和內容不一致。

2 Tôi sẽ thiết kế theo yêu cầu của ông.
我會按您的要求來設計。

3 Bà thấy công ty quảng cáo này ổn chứ?
您覺得這家廣告公司好嗎？

4 Ông bà cứ đưa ra yêu cầu, chúng tôi sẽ thiết kế nội dung.
您們提出需求，我們會設計內容。

5
Công ty sẽ sửa lại theo ý kiến của khách hàng.
公司會依客戶的意見而修正。

6
Nội dung này không nên đăng quảng cáo.
這種內容不要登廣告。

7
Đặt bảng quảng cáo ở vị trí này là rất thích hợp.
廣告看板掛在這個位置很合適。

8
Chủ yếu việc quảng cáo là giới thiệu sản phẩm.
廣告主要是介紹產品。

4 🎧 199

1
Tôi nghĩ ông nên dựa theo mẫu này sẽ đẹp hơn.
我想您應該參考此樣本比較好看。

2
Thuê người mẫu quảng cáo cũng không rẻ chút nào.
請廣告模特兒一點也不便宜。

3
Tôi có thể tìm công ty quảng cáo ở khắp nơi.
我可以到處找到廣告公司。

4
Trên thực tế ai cũng muốn có những yêu cầu thiết kế riêng.
實際上誰都想要有自己的設計要求。

5 Thị trường quảng cáo cạnh tranh ngày càng khốc liệt.
廣告市場競爭越來越激烈。

6 Mỗi một sản phẩm đều muốn có một phong cách quảng
cáo cho riêng mình.
每一個產品都想要推銷自己的風格。

7 Anh xem lại nội dung để gửi cho công ty quảng cáo.
你再看一下內容以便寄給廣告公司。

8 Quảng cáo ảnh hưởng mạnh đến cuộc sống của chúng ta.
廣告對我們的生活有強大的影響。

5 🎧 200

1. Không có nghi ngờ về việc mọi người đang lạm dụng quảng cáo.

   毫無疑問，大家都在濫用廣告。

2. Nhà quảng cáo phải biết ai là khách hàng tiềm năng của họ.

   廣告者要知道誰是他們的潛力客戶。

3. Muốn bán được nhiều sản phẩm thì phải tốn tiền quảng cáo.

   想要買更多產品就要花費在廣告上。

4. Nội dung phải dễ nhớ và vui nhộn thì mới thu hút được khán giả.

   內容要容易記住並且生動，才能吸引觀眾。

5. Mỗi doanh nghiệp dựa vào quảng cáo để thu hút và giữ khách hàng.

   各企業都靠廣告來吸引及守住客戶。

6. Phương pháp quảng cáo quyết định đến sự thành công của quảng cáo.

   廣告方法確定廣告是否成功。

7. Quảng cáo quan trọng với các công ty vì nó mang lại lợi nhuận cho họ.

   廣告對各公司很重要，因它會帶來利潤。

8 Theo nhà quảng cáo, mỗi phương tiện thông tin đại chúng đều có ưu và nhược điểm.
據廣告業者，每一種媒體都有它的優缺點。

❷ Tư vấn về mở chi nhánh 諮詢設立分公司

Từ vựng 詞彙 201

1	**lợi nhuận** / 利潤

| 2 | **chi nhánh** / 辦事處、分公司 |

| 3 | **văn phòng** / 辦公室 |

| 4 | **đặt** / 位於、設立於、訂（貨、位） |

| 5 | **ở** / 在、住 |

| 6 | **xung quanh** / 周圍、周邊 |

| 7 | **mua sắm** / 購物 |

| 8 | **sản phẩm** / 產品 |

| 9 | **đều** / 都、平均、均勻 |

10　cam đoan ／ 保證

11　làm ／ 做

12　hết ／ 完、沒了

13　sức mình ／ 盡力

14　kinh nghiệm ／ 經驗

15　đông ／ 東、多、凍、指人潮很擁擠

16　xem xét ／ 考慮

17　nên ／ 應該

18　dân cư ／ 居民

19　chất ／ 質

20　quy mô ／ 規模

21　đại diện ／ 代表

22　đại lý ／ 代理

22　khả quan ／ 可觀

23　tốt　／　好

24　bồi thường　／　賠償

25　mong　／　希望、盼望

26　chờ　／　等

27　bên mua　／　買方

28　thang máy　／　電梯

29　tiếp thị　／　推銷

30　cùng　／　一起／跟

31　chia　／　分

32　10 năm　／　十年

33　dĩ nhiên　／　當然

34　được　／　可以

35　địa điểm　／　地點

36　quan trọng　／　重要

1 🎧 202

1. Ông cần mở chi nhánh ở đâu?
您要在哪裡開分公司？

2. Bà cần bao nhiêu mét vuông?
您需要多少平方米？

3. Ông muốn mở chi nhánh ra sao?
您需要開怎麼樣的分公司？

4. Diện tích văn phòng là bao nhiêu?
辦公室的面積是多少？

5. Văn phòng mà chúng tôi cần là 100 mét vuông.
我們需要的辦公室為100平方米。

6. Văn phòng đặt ở đây rất thích hợp.
辦公室設在這裡很適合。

7. Xung quanh đây đều là khu mua sắm.
周圍都有購物商圈。

8. Ông có kinh nghiệm mà chúng tôi cần.
您有我們需要的經驗。

1 Chúng tôi cam đoan sẽ làm hết sức mình.
我們保證會盡一切的努力。

2 Chúng ta sẽ đi vào kiểm tra chi tiết ngay bây giờ.
我們會馬上進行詳細的檢查。

3 Tôi muốn diện tích văn phòng nhỏ hơn chút nữa.
我想要面積比較小一點的辦公室。

4 Chúng tôi chưa biết nhiều về thị trường Đài Loan.
我們對臺灣市場不是很瞭解。

5 Chúng tôi đang xem xét mở chi nhánh ở miền Trung.
我們在考慮在中部開設分公司。

6 Bên cho thuê sẽ đưa ra những yêu cầu gì?
房東會提出哪些要求？

1 Tôi muốn giới thiệu cho ông bà địa điểm văn phòng mới.

我想介紹給您們新辦公室的地點。

2 Chúng tôi muốn giới thiệu hàng hóa đến thị trường Việt Nam.

我們想把產品推銷到越南市場去。

3 Theo tôi, văn phòng nên tìm chỗ nào có thang máy thì sẽ tiện hơn.

依我的想法，辦公室要找有電梯的地方會比較方便。

4 Văn phòng này chật quá, không đủ chỗ ngồi cho 15 nhân viên.

這個辦公室太小了，位子容納不下15個員工的座位。

5 Đây là khu vực đông dân cư, rất thích hợp cho việc mở văn phòng giao dịch.

這裡是人口緊密地區，適合開設代表辦事處。

6 Ở miền Bắc nên mở công ty quy mô lớn, miền Trung và miền Nam mở văn phòng đại diện thì hay hơn.

規模大的公司應該設於北部，剩下中南部各開代表處會比較好。

❸ Tư vấn về mở đại lí 諮詢開設代理

Từ vựng 詞彙 205

1	**địa điểm** / 地點
2	**này** / 這
3	**Đại lý** / 代理
4	**khả quan** / 可觀
5	**vị trí** / 位置
6	**tốt** / 好
7	**xấu** / 醜、不好
8	**vị trí tốt** / 好的位置
9	**lời đề nghị** / 建議
10	**mong chờ** / 期望
11	**thanh toán** / 付款、結帳

12 phần trăm ／ %、百分比

13 tiếp thị ／ 推銷

14 trong ／ 裡面、透明

15 trong vòng ／ 之內

16 thành lập ／ 成立、設立

17 chia đôi ／ 平分、對分

18 trở thành ／ 成為

19 nhà ／ 家、者

20 phân phối ／ 分配

21 bán hàng ／ 售貨

22 nhà phân phối bán hàng ／ 經銷商

23 trách nhiệm ／ 責任

24 không chịu trách nhiệm ／ 不負責任

25 năm nay ／ 今年

| 26 | chắc chắn | / | 一定、堅固 |

| 27 | kinh doanh | / | 營業 |

| 28 | hiệu quả | / | 效果 |

| 29 | hơn | / | 比較、多 |

| 30 | kế hoạch | / | 計畫 |

| 31 | xuất khẩu | / | 出口 |

Câu mẫu 句型範例

1  206

1 Địa điểm này mở Đại lý là rất khả quan.
這個地點設代理商是很可觀的。

2 Tôi cần tăng thêm một đại lý nữa.
我要多增加一個代理商。

3 Anh ấy cần tìm một đại lý có điều kiện tốt.
他需要找一個條件好的代理商。

4 Chúng tôi ký hợp đồng 5 năm.
我們簽約為5年。

5 Tôi sẽ xem xét lời đề nghị của ông.
我會考慮您的提議。

6 Ông trả chi phí đại lý cao hơn tôi nghĩ.
您給代理商支付成本多於我的想像。

7 Phí bồi thường nhiều hơn tôi mong đợi.
賠償金比我期待還來得多。

8 Bên A sẽ thanh toán 10% chi phí tiếp thị.
A方會支付10%行銷費用。

1
Tôi thích làm việc ở đại lý trong thành phố.
我喜歡在城市裡的代理商工作。

2
Chi phí thành lập đại lí chúng ta cùng chia đôi.
代理商成立費用，我們各付一半。

3
Anh lập cho tôi nội dung hợp đồng trong vòng 3 năm.
你幫我準備一份3年的合約。

4
Tôi muốn đề nghị bên B sẽ trở thành chi nhánh bán
hàng ở khu vực này.
我想建議B方成為此地區的銷售分公司。

5
Là nhà phân phối bán hàng, chúng tôi không chịu
trách nhiệm bồi thường.
身為經銷商，我們不負賠償的責任。

6
Năm nay chắc chắn chúng tôi kinh doanh hiệu quả
hơn nếu ông chọn chúng tôi làm đại lý bán hàng.
今年我們經營一定會很好，如果您選擇我們為銷售代
理商。

7
Nếu chúng tôi trở thành đại lý của các anh thì kế
hoạch xuất khẩu của các anh có thể được thực hiện.
如果我們成為你們的代理商，你們的出口計劃就可以
執行了。

Từ vựng 詞彙

1	**gồm**	/	包含、包括、含
2	**phí**	/	費用、浪費
3	**chi phí**	/	費用
4	**dịch vụ**	/	服務
5	**văn phòng**	/	辦公室、文房
6	**đại diện**	/	代表
7	**Văn phòng đại diện**	/	代表處、辦事處
8	**bảng**	/	榜、表、板
9	**cụ thể**	/	具體
10	**tại / ở**	/	在、於
11	**cho rằng**	/	認為

12	việc	/	事、事情
13	chọn	/	選、篩選
14	quan trọng	/	重要
15	quận	/	郡
16	Huế	/	順化
17	Đà Nẵng	/	峴港
18	Sài Gòn	/	西貢
19	Hà Nội	/	河內
20	Hồ Hoàn Kiếm	/	還劍湖

Câu mẫu 句型範例

1 Xin hỏi ông muốn mở văn phòng ở những nơi nào?
請問您要在哪些地方開設代表處呢？

2 Phí ủy quyền đã bao gồm phí tư vấn và phí dịch vụ khác.
委託費用包含諮詢費及其他費用了。

3 Văn phòng đại diện ở Huế có vấn đề.
順化代表處有問題。

4 Văn phòng nào làm việc có hiệu quả nhất?
哪一間代表處運作最有效率呢？

5 Chúng tôi có bảng chi phí cụ thể mời ông xem.
我們有詳細支付表，請您過目。

6 Dĩ nhiên là được ạ, hẹn gặp ông vào 9 giờ sáng mai.
當然可以，明天上午9點與您會面。

7 Ngày mai tôi có thể đi xem địa điểm đặt văn phòng không?
明天我可以去看開設辦公室的地點嗎？

8 Tôi muốn hỏi về chi phí mở văn phòng đại diện tại Việt Nam.
我想問在越南開設代表處的費用。

9 Quận 1 Sài Gòn, thành phố Đà Nẵng, quận Hoàn Kiếm Hà Nội.
西貢第一郡、峴港市、河內環劍郡。

10 Tôi cho rằng việc chọn trưởng văn phòng đại diện là rất quan trọng.
我認為選擇代表處負責人是很重要的。

VẬN CHUYỂN

運輸篇

Bài 13 > THỦ TỤC XUẤT HÀNG

第十三課　出貨相關業務

❶ Hợp đồng vận chuyển 運輸合約

Từ vựng 詞彙

1	**bên mua** / 買方
2	**quyền** / 權
3	**hủy** / 毀、銷毀、取消
4	**hai bên** / 雙方
5	**nghĩa vụ** / 義務
6	**thực hiện** / 執行、實施
7	**bất cứ** / 任何
8	**sai sót** / 錯過

9 nào ／ 哪

10 sẽ ／ 會

11 lợi / lợi ích ／ 利、利益

12 vì ／ 因為

13 nên ／ 所以

14 vi phạm ／ 違反

15 điều kiện ／ 條件

16 giao hàng ／ 交貨

17 cam đoan ／ 保證

18 hàng hóa ／ 貨物

19 được ／ 得到

20 vận chuyển ／ 托運

21 theo ／ 跟（著）

22 như ／ 如

23	thuận lợi	順利
24	hết	完、沒了
25	hiệu lực	效力、有效、效率
26	thảo luận	討論
27	ký / ký kết / ký tên	簽、簽署、簽名
28	mới	新
29	không thể	不能
30	thay đổi / sửa đổi	修改
31	nội dung	內容
32	đó	那
33	đơn phương	單方
34	sự đồng ý	同意
35	bên kia	另一方
36	quy định	規定
37	điều khoản	條款

1  211

1
Bên mua có quyền hủy hợp đồng.
買方有權利取消合約。

2
Hai bên có nghĩa vụ thực hiện hợp đồng.
雙方有義務執行合約。

3
Bất cứ sai sót nào trong hợp đồng sẽ không có lợi.
合約裡的任何錯誤都是不利的。

4
Chúng tôi muốn hủy hợp đồng vì ông đã vi phạm điều kiện giao hàng.
我們要取消合約，因為您已違反交貨條件。

5
Ông có thể cam đoan hàng hóa sẽ được vận chuyển theo như hợp đồng không?
您能保證貨物會按合約條款運送嗎？

1 Chúng tôi cam đoan hợp đồng có thể thực hiện một cách thuận lợi nhất.
我們保證會順利按合約執行。

2 Vì hợp đồng sắp hết hiệu lực, chúng ta có nên thảo luận ký hợp đồng mới không?
由於合約即將到期，我們是否進行討論簽署新的合約呢？

3 Nói chung, khi 2 bên đã ký hợp đồng rồi, thì họ không thể thay đổi nội dung ở trong đó.

總之，當雙方已簽合約，就不能更改合約的內容。

4 Một bên không thể đơn phương sửa đổi hợp đồng khi chưa có sự đồng ý của bên kia.

在未經對方的同意下，另一方不能單方修改合約。

5 Chúng tôi sẽ vận chuyển hàng hóa đúng với các điều khoản đã quy định trong hợp đồng.

我們會按合約規定運送貨物。

❷ Cước phí vận chuyển 運費

Từ vựng 詞彙
213

1 **cước** ／ 費用

2 **trả** ／ 退還、還、付

3 **rẻ** ／ 便宜

4 **thu hút** ／ 吸引

5　nửa ／ 半

6　còn lại ／ 剩下

7　đơn hàng ／ 訂單

8　khuyến mãi ／ 優惠

9　đặc biệt ／ 特別

10　đường biển ／ 海運

11　chuyển phát nhanh ／ 快遞

12　do ／ 由

13　vận chuyển ／ 運輸

14　quá ／ 太

15　sẽ ／ 就、會

16　được ／ 能、得

17　nhiều ／ 多

18　khách hàng ／ 客戶

| 19 | chi tiết | / | 細節 |

| 20 | vội / gấp | / | 急、趕 |

| 21 | nhận | / | 收 |

| 22 | số | / | 數、號碼 |

| 23 | đang | / | 在、正在 |

| 24 | có | / | 有 |

| 25 | giá cước | / | 運輸的價格 |

| 26 | cho | / | 給 |

| 27 | một số | / | 一些 |

| 28 | mặt hàng | / | 貨品 |

| 29 | hiện tại | / | 目前、現在 |

| 30 | vẫn chưa | / | 還沒、仍未 |

| 31 | rõ | / | 清楚 |

| 32 | về | / | 關於、回 |

33 lịch ／ 行程、日曆

34 đi bằng ／ 方式

35 thông tin ／ 資訊

36 vào ／ 在、進、於

37 vận đơn ／ 提單

38 bằng đường ／ 運輸方式

39 ngay ／ 馬上

40 khi ／ 當、時

41 nhận được ／ 收到

42 chúng ／ 它、他

1 🎧 214

1. Cước này do chúng tôi trả.
此項運費由我們支付。

2. Cước vận chuyển quá cao.
運費過高。

3. Cước vận chuyển bên A chịu.
運費由A方付。

4. Giá cước rẻ sẽ thu hút được nhiều khách hàng.
便宜的運費將吸引更多客戶。

5. Tôi sẽ cho ông biết chi tiết vận chuyển hàng sau.
以後我會告訴您貨運的細節。

6. Chúng tôi không vội nhận nửa số hàng còn lại.
剩下另一半的貨，我們不急著收。

7. Anh nên tìm công ty vận chuyển giá rẻ hơn một chút.
你應該找更便宜的運輸公司。

1 Chúng tôi có giá giảm theo số lượng cho các đơn hàng lớn.

對於大訂單我們會依數量來優惠。

2 Giá cước vận chuyển này sẽ áp dụng cho tất cả các loại hàng.

這運費將適用於所有商品。

3 Sáng mai chúng tôi có thể giao nửa số hàng còn lại cho ông.

明天早上我們可以交另一半貨物給您。

4 Chúng tôi đang có giá cước khuyến mãi đặc biệt cho một số mặt hàng.

對某些產品我們現在有運費的優惠。

5 Hiện tại tôi vẫn chưa rõ về lịch vận chuyển của số hàng đi bằng đường biển.

對那些要海運的產品，我目前還不清楚運送的時間。

6 Tôi có thể gửi các thông tin đó bằng fax hoặc gửi E-mail cho bạn vào chiều nay.

今天下午我可以用傳真或電子郵件的方式，將相關資料寄給你。

7 Có phải ông muốn chúng tôi sử dụng đại lý trung chuyển hàng của công ty B không?

您是否要我們請B公司為中轉貨物的代理呢？

8 Tôi sẽ gửi cho ông vận đơn bằng đường chuyển phát nhanh ngay khi tôi nhận được chúng.

收到提單文件之後，我會馬上寄快遞給您的。

❸ Bảo hiểm hàng　貨物保險

Từ vựng 詞彙 216

1	**bốc dỡ** ／ 裝卸
2	**bốc hàng** ／ 裝貨
3	**rẻ hơn** ／ 比較便宜
4	**cung cấp** ／ 提供
5	**những loại** ／ 一些
6	**các loại** ／ 各類、各種

7	hình	/	形、型

8	bảo hiểm	/	保險

9	gì	/	什麼

10	mua	/	買

11	bán	/	賣

12	tất cả	/	全部、所有

13	nói chung	/	總之

14	cần thiết	/	需要

15	trách nhiệm	/	責任

16	bồi thường	/	賠償

17	thiệt hại	/	損失、損壞

18	chuyển đi	/	轉走、出港、運走、搬走

19	trên	/	以上、上面

20	đều phải	/	都要

21	**sau khi**	之後
22	**lên**	上、上去
23	**boong tàu**	貨櫃上、船上
24	**chống thấm**	防濕
25	**để**	讓、放、為了
26	**đề phòng**	提防、預防
27	**rủi ro**	意外、倒楣
28	**thu phí**	收費
29	**bổ sung**	補充

Câu mẫu 句型範例

1 Hàng này đã mua bảo hiểm chưa?
這批貨買保險了嗎？

2 Bên mua mua bảo hiểm bốc dỡ hàng.
買方要買卸載貨物保險。

3 Còn phí bảo hiểm khi bốc hàng thì sao?
還有裝貨時的保險呢？

4 Công ty A bán bảo hiểm hàng giá rẻ hơn.
A公司賣貨物保險比較便宜。

5 Bảo hiểm vận chuyển hàng do bên bán trả.
運輸保險由買方支付。

6 Hàng hóa của tôi cần mua loại bảo hiểm nào?
我的貨品要買哪些保險？

7 Bảo hiểm vận chuyển hàng hóa rủi ro trên biển.
海上貨物運輸意外險。

8 Công ty của anh có cung cấp những loại hình bảo hiểm gì?
你公司有提供哪些類型的保險呢？

9 Nói chung công ty của chúng tôi bán tất cả các loại bảo hiểm về vận chuyển hàng hóa.
總之，我們公司賣各種貨物運輸需要的保險。

2 🎧 218

1 Tôi nghĩ việc mua bảo hiểm hàng là rất cần thiết.
我想，買貨物保險是非常需要。

2 Công ty bảo hiểm có trách nhiệm bồi thường thiệt hại này.
保險公司有責任賠償這種損壞。

3 Chúng tôi sẽ mua bảo hiểm ngay khi hàng được chuyển đi.
我們會在貨物出去時買保險。

4 Hàng gửi bằng đường hàng không hay đường biển đều phải mua bảo hiểm.
無論是空運還是海運都要買貨物保險。

5 Sau khi hàng hóa được bốc dỡ lên bong tàu, ông phải mua bảo hiểm hàng hóa.

貨物裝載至船上時，您要買貨物保險。

6 Xin ông vui lòng mua bảo hiểm hàng và bảo hiểm chống thấm cho hàng của chúng tôi.

請給我的貨物買貨物保險及水險。

7 Nếu ông muốn chúng tôi mua bảo hiểm để đề phòng rủi ro đặc biệt, chúng tôi sẽ thu phí bảo hiểm bổ sung.

如果您要我們買特別的意外險，那我們會多收補充保費。

第十四課　運輸貨物相關業務

❶ Kiểm hàng 驗貨

Từ vựng 詞彙

| 1 | **kiểm hàng** / 驗貨 |

1　**kiểm hàng** ／ 驗貨

2　**đạt** ／ 達到

3　**tiêu chuẩn** ／ 標準

4　**trả hàng** ／ 退貨

5　**tiến hành** ／ 進行

6　**cảng** ／ 港口

7　**dễ dàng** ／ 容易

8　**bù** ／ 補充

9	chất lượng	/	品質
10	thảo luận	/	討論
11	bốc dỡ	/	裝卸
12	trên tàu	/	船上
13	đáp ứng	/	答應
14	định nghĩa	/	定義
15	tranh cãi	/	爭論
16	số lượng	/	數量
17	nhập kho	/	入庫
18	quan sát	/	觀察
19	phương pháp	/	方法
20	đối chiếu	/	對照
21	bị	/	被
22	ướt	/	濕

23 **phát hiện** ／ 發現

24 **đóng** ／ 關

25 **sai** ／ 錯

26 **số lượng** ／ 數量

27 **kích thước** ／ 尺寸

Câu mẫu 句型範例

1 🎧 220

1. Anh kiểm hàng giúp tôi.
   你幫我驗貨。

2. Hàng không đạt tiêu chuẩn.
   貨物未達到標準。

3. Hàng bị lỗi phải trả hàng lại.
   貨物有問題要退貨。

4. Em sẽ tiến hành kiểm hàng ngay.
   我會馬上進行驗貨。

5 Việc kiểm hàng ở cảng là rất dễ dàng.
在港口驗貨很容易。

6 Ông muốn kiểm tra lại hàng ở đâu?
您要在哪裡重新驗貨？

7 Hàng bị hỏng rất ít, có thể cho họ gửi bù sau.
損壞的貨物很少，可以讓他們補寄。

2 🎧 221

1 Tôi cho rằng hàng này không đạt chất lượng.
我認為此項貨物的品質達不到標準。

2 Chúng ta sẽ thảo luận về vấn đề cần kiểm tra.
我們會討論需要檢查的項目。

3 Kiểm tra hàng trên tàu là một việc rất khó khăn.
在船上驗貨是一件困難的事。

4 Chúng tôi chỉ kiểm tra hàng hóa bốc dỡ trên tàu.
我們只檢查在船上裝卸的貨物。

5 Hàng mẫu nên đáp ứng các yêu cầu về tiêu chuẩn.
樣本應符合要求的標準。

6 Chúng ta đưa ra quy định kiểm tra hàng như thế nào?
我們怎麼定驗貨標準呢？

7　Tôi e rằng kết quả kiểm tra hàng hóa có vài sự tranh cãi.
我擔心驗貨結果會有一些爭議。

3　🎧222

1　Hàng hóa không đạt tiêu chuẩn sẽ không được xuất khẩu.
未達到標準的貨物不能出口。

2　Trước khi giao hàng, chúng tôi yêu cầu kiểm tra hàng hóa.
交貨之前，我們要求要驗貨。

3　Kiểm tra số lượng và chất lượng hàng trước khi nhập kho.
入庫之前要檢查數量及品質。

4　Quan sát là phương pháp chủ yếu khi kiểm tra hàng hóa trên tàu.
船上驗貨的主要方法為觀察。

5　Trong quá trình đối chiếu hàng thấy hàng bị ướt hơn một nửa.
貨物核對過程中，發現超過一半濕掉了。

6　Chúng tôi kiểm tra hàng phát hiện hàng đóng sai số lượng và kích thước.
驗貨時我們發現貨物包裝、數量及尺寸有誤。

❷ Đóng hàng 包裝／裝箱

1	**bắt đầu** ／	開始
2	**đóng hàng** ／	包裝
3	**in** ／	列印
4	**thương hiệu** ／	牌子、品牌
5	**fax / phách** ／	傳真
6	**E-mail / thư điện tử** ／	電子郵件
7	**đại lý** ／	代理商
8	**trung chuyển** ／	中轉
9	**túi nhựa / túi ni lông** ／	塑膠袋
10	**sản xuất** ／	生產
11	**công-te-nơ** ／	貨櫃

12 **nữa** ／ 再

13 **khâu** ／ 階段、關鍵、環節

14 **thùng** ／ 箱子、盒子

15 **thùng giấy carton** ／ 紙箱

16 **thiếu** ／ 少、缺

17 **độ dày** ／ 厚度

18 **chắc chắn** ／ 堅固

19 **bốc hàng** ／ 裝貨

20 **dỡ hàng** ／ 卸貨

21 **kê cao** ／ 墊高

22 **tránh** ／ 避免

1 🎧 224

1 Các anh em bắt đầu đóng hàng đi nào.
你們開始裝貨吧。

2 Ông phải đóng hàng theo hợp đồng.
您要按合約條款包裝貨物。

3 Anh cần kiểm tra lại khâu đóng hàng.
您需要在包裝階段再次檢查。

4 Hai hôm nữa chúng ta mới đóng hàng.
我們兩天後才包裝。

5 Hãy in thương hiệu của công ty lên túi nhựa.
請在塑膠袋印上公司商標。

6 Đóng hàng không đúng kích thước quy định.
包裝尺寸不符合規定。

7 Chúng tôi có thể bốc khi nhà sản xuất làm xong.
當製造商完成後，我們就可以裝貨了。

🎧 225

1. Khi dỡ hàng xuống chú ý không làm hỏng hàng.
卸貨時注意不要讓貨物受損。

2. Tôi nghĩ thùng giấy carton thiếu độ dày và sự chắc chắn.
我想紙箱缺乏厚度及牢固性。

3. Hôm nay cần đóng 20 công-te-nơ hàng và chuyển ra cảng.
今天要裝20個貨櫃，並送至港口去。

4. Đóng hàng vào công-te-nơ phải chú ý kê cao, tránh ướt hàng..
裝貨進貨櫃時要注意墊高，避免貨被濕掉。

5. Công ty anh nên đóng hàng theo từng thùng riêng biệt.
你公司應將貨物分開裝箱。

6. Khi đóng hàng rượu vang đỏ, xin vui lòng cẩn thận.
包裝紅酒時，請小心。

7. Những mặt hàng này được gói bằng giấy cứng là tốt rồi.
這些貨物用硬紙包裝是很好的。

1 Những hộp này có trọng lượng nhẹ và cũng tiết kiệm chi phí đóng gói.
這些箱子重量比較輕，也會節省包裝的費用。

2 Tất cả những thùng này cần giấy cứng chịu lực va đập ở bên trong.
這些箱子全部都要放耐摔硬紙在裡面。

3 Tất cả những thùng này đều được quấn 1 lớp ni lông ở bên ngoài tránh bị thấm ướt khi mưa.
這些箱子外面全都要包一層保鮮膜，避免下雨時會淋濕。

4 Vận chuyển bằng đường biển thì các thùng giấy cần phải bọc 1 lớp vỏ nhựa ở bên ngoài tránh bị ướt.
採用海運的方式時，紙箱外表需要包一層塑膠，避免淋濕。

5 Chúng tôi quan tâm đến khả năng va chạm và chèn ép khi di chuyển các thùng hàng.
我們關心移動貨箱時產生碰撞及被擠壓的可能性。

6 Khi đóng hàng cần phải chú ý ghi rõ số lượng, kích thước và nơi xuất xứ ở trên thùng hàng.
包裝時要注意在貨箱上寫下數量，尺寸及產地。

❸ Bốc hàng 裝卸貨

Từ vựng 詞彙

1	bốc hàng	/	裝貨
2	dỡ hàng	/	卸貨
3	cần	/	要、需要
4	chú ý	/	注意、留意
5	những	/	些
6	gì	/	什麼
7	nhẹ tay	/	輕手
8	cố gắng	/	盡量、努力
9	tìm được	/	找到
10	ra giá	/	出價
11	báo giá	/	報價

12　**kiểm tra lại** ／ 再次檢查

13　**số lượng** ／ 數量

14　**chồng hàng** ／ 疊貨、堆貨

15　**nhớ** ／ 記得、想（家）

16　**cẩn thận** ／ 謹慎、小心、用心

17　**kẻo** ／ 避免、避、以免

18　**vỡ thùng** ／ 箱子破掉

19　**chịu phí** ／ 付費

20　**kết thúc** ／ 結束

21　**vẫn chưa** ／ 還沒、未

1 🎧 228

1 Khi nào thì bốc hàng?
何時要裝載貨物。

2 Phí bốc hàng thì sao?
裝載費用如何？

3 Ai sẽ trả phí bốc hàng?
誰會付裝載費用？

4 Chúng ta đi đâu bốc hàng?
我們要去哪裡裝載貨物？

5 Bên A sẽ trả phí bốc hàng.
A方支付裝載費用。

6 Khi bốc hàng cần phải nhẹ tay.
裝載時請小心輕放。

7 Khi dỡ hàng cần chú ý những gì?
卸貨時要注意哪些項目？

1. Cố gắng tìm được người bốc hàng.
   盡量找到裝載人員。

2. Công ty A báo giá bốc hàng quá cao.
   A公司裝貨費用的報價太高了。

3. Bốc hàng xong nhớ kiểm tra lại số lượng.
   裝載完畢後，記得再檢查數量。

4. Khi chồng hàng nhớ cẩn thận kẻo vỡ thùng.
   貨物堆疊時，記得小心箱子受損。

5. Các anh phải chú ý khi bốc hàng lên tàu nhé!
   你們裝載貨物到船上時請注意。

6. Nếu ông giao hàng trước 1 tháng, chúng tôi sẽ chịu phí bốc hàng.
   如果您提早一個月交貨，我方會付裝載費。

7. Công-te-nơ có thể đóng khi kết thúc việc bốc hàng lên tàu.
   將貨送到船上的工作結束時貨櫃就會關閉。

8. Sao đến giờ đưa hàng ra cảng rồi mà anh vẫn chưa cho người bốc hàng lên xe vậy?
   運送貨到港口時間到了，你怎麼還沒派人裝載呢？

❹ Vận chuyển hàng 運輸

Từ vựng 詞彙

1	chuyển /	轉
2	chú ý /	注意
3	kê /	墊
4	tránh /	避免
5	từng /	每
6	thùng /	箱
7	riêng /	分開
8	gói /	包裝
9	giấy cứng /	硬紙
10	tiết kiệm /	節省
11	chi phí /	經費

12　chịu lực　／　受力

13　chịu lực va đập　／　耐摔

14　quấn　／　包、捲

15　lớp　／　層

16　tránh mưa　／　避雨

17　ghi rõ　／　記下

18　nơi xuất xứ　／　生產地

19　bốc hàng　／　裝貨

20　nhẹ　／　輕

21　chồng　／　疊

22　mở　／　開

23　thời điểm　／　時間點

24　kết thúc　／　結束

25　hàng không　／　航空

26	chuyển hàng / 運貨
27	an toàn / 安全
28	liên hệ / 聯繫
29	tàu biển / 海船

Câu mẫu 句型範例

1 🎧 231

1 Khi vận chuyển chú ý tránh vỡ hàng.
運輸時注意防止摔壞。

2 Hai ngày sau hàng sẽ được chuyển đến.
貨物兩天後會送到。

3 Phí vận chuyển bằng đường biển rất rẻ.
海運費用很便宜。

4 Cước vận chuyển hàng bằng đường hàng không rất đắt đỏ.
空運貨物費用很昂貴。

5 Vận chuyển hàng bằng đường hàng không.
货物以空運方式運送。

6 Tôi sẽ liên hệ ngay với công ty vận chuyển hàng.
我會立刻與運輸公司聯絡。

7 Anh cho người chuyển hàng đến công ty B giúp tôi.
你派人幫我把貨送到B公司。

8 Vận chuyển hàng kích cỡ lớn bằng đường biển là tốt nhất.
大型貨物最好使用海運運輸。

9 Muốn vận chuyển hàng nhanh nhất thì phải gửi bằng đường hàng không.
货物想快速送達就要用空運。

2 🎧 232

1 Có mấy công ty vận chuyển hàng đưa bảng báo giá cho chúng ta.
有幾家運輸公司提供給我們報價單。

2 Tôi nghĩ vận chuyển các mặt hàng này bằng công-te-nơ sẽ an toàn hơn.
這些貨物我認為使用貨櫃運輸會比較安全。

3 Vui lòng cho biết người ký gửi hàng và người nhận hàng trong hợp đồng.

請告知合約中的托運人及收貨人。

4 Vì đơn hàng của ông rất nhiều, ông có thể vận chuyển hàng bằng đường biển.

因為您的訂單很多，所以可以使用海運。

5 Khi vận chuyển hàng thì chất lượng chống thấm của công-te-nơ là rất đáng tin cậy.

運輸時貨櫃防水品質是非常可靠的。

6 Xin ông vui lòng liên hệ với công ty tàu biển để chắc chắn ngày vận chuyển hàng hóa.

請您與船務公司聯絡，以便能確認運輸日期。

7 Chắc chắn chúng tôi không chỉ liên hệ với công ty tàu biển mà còn với công ty hàng không.

我們當然不只跟船務公司聯絡，而且還會跟航空公司聯絡。

8 Công ty tàu biển thông báo cho tháng này sẽ có 3 chuyến tàu chuyển hàng sang Mỹ.

船務公司通知這個月會有3個航班開往美國。

❺ Giao hàng 交貨

1 **tháng sau** ／ 下個月

2 **điều đó** ／ 那條（條：指那個條款）

3 **quy định** ／ 規定

4 **sớm** ／ 早

5 **thống nhất** ／ 統一

6 **cuối tháng** ／ 月底

7 **bồi thường** ／ 賠償

8 **bảo hiểm** ／ 保險

9 **loại** ／ 類

10 **nào** ／ 哪

11 **cần thiết** ／ 必要

12 ngay ／ 馬上

13 sau khi ／ 以後

14 chống thấm ／ 防水

15 đề phòng ／ 提防

16 rủi ro ／ 風險

17 bổ sung ／ 補充

Câu mẫu 句型範例

  234

1 Tháng sau chúng tôi sẽ giao hàng đúng hẹn.
下個月我們會準時交貨。

2 Tôi nghĩ điều đó là không thể được.
我想這件事是不可能的。

3 Việc giao hàng vẫn chưa quyết định.
交貨的事情未確定。

4 Thời gian giao hàng phải quyết định sớm.
交貨的時間要早點確定。

5 Hai bên phải thống nhất ngày giao hàng.
雙方必須統一交貨的時間。

6 Ông có thể giao hàng sớm nhất vào lúc nào?
您最早什麼時候可以交貨？

7 Công ty chúng tôi có thể giao hàng muộn nhất vào cuối tháng này.
我們公司最晚月底就可以交貨。

8 Khi nào thì anh tiện giao hàng cho chúng tôi?
你什麼時候方便交貨給我們？

9 Hãy cho chúng tôi xin thêm hai tuần nữa.
請再多給我們兩週的時間。

2 🎧 235

1 Tôi có thể giao hàng sớm nhất vào tuần sau.
最早下星期我可以交貨。

2 Ngày giao hàng hai bên vẫn đang thương lượng.
交貨的時間雙方還在討論中。

3 Đó là thời gian chúng tôi có thể đảm bảo với ông.
那是我們可以向您保證的時間。

4 Tôi không thể hứa, nhưng tôi sẽ cố gắng hết sức.
我不能保證，但我會盡力。

5 Chúng tôi hy vọng ông có thể giao hàng vào cuối
tháng này.
我們希望您能在這個月底交貨。

6 Chúng tôi hy vọng sau khi ký hợp đồng xong, quý
công ty có thể giao hàng ngay.
我們希望簽完約之後，貴公司可以馬上出貨。

7 Sau khi thỏa thuận xong trong vòng 2 tháng chúng tôi
sẽ tiến hành việc giao hàng .
協議後2個月內，我們會進行交貨。

8 Nếu hàng hóa giao chậm, ông phải bồi thường theo
hợp đồng.
如果晚交貨，要按合約條款賠償。

CÁCH VIẾT E-mail
E-mail書寫

Bài 15 > CÁCH VIẾT THƯ ĐIỆN TỬ(E-mail) （I）

第十五課　電子信件的寫法 (E-mail) （一）

Bố cục nội dung E-mail thường dùng như sau

寫電子信件的要點如下：

1. Người nhận 收件人

　CC cho ai đấy 副本

　Hoặc BCC cho ai đấy 密件副本

2. Chủ đề 主題

3. Lời chào hỏi đầu thư 信件的開頭稱呼

　Kính gửi 尊敬的……

　Thân mến (Dear) 親愛的……

4. Nội dung 內容

　Ngắn gọn, rõ ràng 簡短、清楚

5. Chữ ký 簽名

　包含：

　Lời cảm ơn 感謝語

　Lời chúc 祝賀語

　Thông tin cá nhân, đơn vị của mình 個人或公司、單位的聯絡方式

6. File đính kèm 附加檔案

---

❶ Lời chào hỏi đầu thư 信件的開頭稱呼

1 **thân mến** ／ 親愛、dear

2 **kính chào** ／ 敬、尊敬的

3 **thân gửi** ／ 敬致

4 **em** ／ 弟弟、妹妹（指年幼的稱呼）

5 **anh** ／ 哥哥、先生

6 **chị** ／ 姊姊、小姐

7 **cô** ／ 小姐、女老師、姑姑

8 **bà** ／ 您、女士

9 **ông** ／ 您、先生

10 **Giám đốc** ／ 經理

11 **Trưởng phòng** ／ 處長

Câu mẫu 句型範例

1 🎧 237

1. Chào bà Thái.
   蔡女士，您好！

2. Chào cô Bình.
   平小姐，您好！

3. Bà Kim thân mến.
   親愛的金女士，您好！

4. Kính chào ông Trương.
   尊敬的張先生，您好！

5. Anh Trung thân mến.
   親愛的中先生，你好！

6. Kính chào giám đốc Triệu.
   尊敬的趙經理，您好！

7. Kính gửi anh An Trưởng phòng Nhân sự.
   尊敬的人事室主任安先生，您好！

8. Thân gửi anh Trung.
   親愛的中先生，您好！

❷ Mục đích viết thư 寫信的目的

1　viết ／ 寫

2　E-mail / thư ／ 信件、信、電子信件

3　này ／ 這、此

4　nhằm ／ 為了、目的

5　muốn ／ 想、想要

6　thông báo ／ 通報、告知

7　với ／ 和、與、跟

8　việc ／ 事情、事

9　thư ／ 信

10　cần ／ 要

11　số ／ 數字、號碼

12 sau ／ 後

13 như ／ 如

14 liên hệ ／ 聯繫

15 đang ／ 在

16 là ／ 是

17 người ／ 人、者

18 phụ trách ／ 負責、擔任

19 kế hoạch ／ 計畫、打算

20 yêu cầu ／ 要求

21 công ty ／ 公司

22 bồi thường ／ 賠償

23 thiệt hại ／ 損失

24 các ／ 各

1 🎧 239

1. Tôi viết E-mail (thư) này nhằm....
   我寫這封信為了……。

2. Tôi muốn thông báo với anh một việc...
   我想跟你通知一件事情……。

3. Tôi thay mặt công đoàn viết thư thông báo cho bà về
   việc....
   我代表工會寫信通知您，關於……

4 Tôi thay mặt công ty viết thư xin lỗi anh về sự việc đáng tiếc vừa qua.

為了上次發生的事情表示遺憾，我代表公司寫信向您道歉。

5 Tôi viết thư này cần xác nhận một số thông tin như sau:....

我寫這封信要確認以下資訊……。

6 Tôi liên hệ với anh vì anh là người phụ trách kế hoạch này.

我跟你聯繫因為你是這個計畫的負責人。

7 Tôi muốn yêu cầu công ty anh bồi thường thiệt hại cho công ty chúng tôi theo các điều khoản như sau:....

我想要求貴公司依照條款來賠償損害如下：……

❸ Nội dung thư E-mail 的內容

Từ vựng 詞彙   240

| 30 | **hợp tác** ／ 合作 |

| 31 | **lâu** ／ 久 |

32 trao đổi ／ 交換

33 hôm qua ／ 昨天

34 được ／ 可以、能、行

35 biết ／ 知道、懂

36 hiện ／ 現在、目前、顯示

37 khó khăn ／ 困難、麻煩

38 tài chính ／ 財務、財政

39 bị ／ 被

40 lỗi ／ 錯誤、瑕疵

41 điều tra ／ 調查

42 giúp ／ 幫助

43 nguyên nhân ／ 原因

44 buồn ／ 鬱悶、悶悶不樂

45 tin vui ／ 好消息

46　vì　／　為了、因為

47　cuộc　／　場（會議）

48　gặp gỡ　／　見面

49　vừa qua　／　剛過

50　thảo luận　／　討論

51　thời gian　／　時間、期間

52　đọc / học / xem　／　讀、閱

53　xác định　／　確定

54　điều khoản　／　條款

55　nhắc　／　提到、提醒

Email書寫

1 🎧 241

1
Hai công ty chúng ta hợp tác đã lâu.
我們兩家公司合作很久了。

2
Như chúng ta đã trao đổi hôm qua.
如我們昨天討論的。

3
Tôi được biết công ty hiện đang gặp khó khăn về tài chính.
我得知公司目前遇到財務困難。

4
Lô hàng này bị lỗi rất nhiều, tôi muốn anh điều tra giúp nguyên nhân.
這批貨有很多問題，我想請您幫忙調查原因。

5
Tôi rất vui vì có cuộc gặp gỡ với ông tại Bình Dương hôm trước.
我很高興前幾天與您在平陽見面。

6
Cảm ơn sự nhiệt tình đón tiếp của quý công ty trong chuyến viếng thăm tập đoàn vừa qua.
上次參訪集團的事宜，感謝貴公司的熱情招待。

242

1
Tôi muốn biết tình hình kinh doanh của công ty trong 6 tháng vừa qua.
我想知道公司過去6個月的經營狀況。

2
Tôi muốn hỏi ông về nội dung chúng ta đã thảo luận hôm thứ sáu tuần trước.
我想問您有關上週五，我們已經討論的內容。

3
Chúng tôi muốn hợp tác với quý công ty, mong ông bỏ chút thời gian đọc thư.
我們想跟貴公司合作，希望您撥一點時間閱讀信件。

4
Tôi muốn xác định lần cuối về điều khoản hợp đồng của chúng ta hôm 15 tháng 8 đã trao đổi.
有關我們在8月15日所討論的合約條款，我想確認最後一次。

5
Tôi muốn gửi thư nhắc anh nội dung chúng ta đã trao đổi qua điện thoại hôm qua.
我寄這封信來想提醒你，昨天在電話上我們所討論的內容。

❹ Nhắc tới việc liên lạc trước đó　提到之前聯絡的事情

Từ vựng 詞彙　243

1	trả lời	/	答覆、回答
2	thật sự	/	事實
3	cố ý	/	故意
4	không	/	不、沒、無
5	xin lỗi	/	抱歉
6	đãng trí / hay quên	/	健忘
7	thông cảm	/	諒解
8	muộn	/	晚、遲到
9	chủ động	/	主動
10	liên lạc	/	聯絡
11	ký kết	/	簽約、簽署

12　nhận　／　收

13　hôm kia　／　前天

14　thay mặt　／　代替、代表

15　quên　／　忘記

16　hồi âm　／　回覆、回音

Câu mẫu 句型範例

1

1　Cảm ơn thư trả lời của chị.
謝謝你的回信。

2　Tôi thật sự không có cố ý.
真的，我不是故意的。

3　Xin lỗi anh vì sự đãng trí của tôi.
因為我的健忘，向你道歉。

4　Việc đã qua mong anh thông cảm.
事情已過去了，請你諒解。

5 Tôi xin lỗi vì đã trả lời thư muộn.
抱歉我太晚回信了。

2 🎧 245

1 Cảm ơn anh đã chủ động liên lạc với chúng tôi.
謝謝你主動跟我們聯繫。

2 Cảm ơn thư trả lời về việc kí kết hợp đồng của bà.
謝謝您回信有關簽約的事宜。

3 Cảm ơn cô, tôi đã nhận được thư của cô gửi từ hôm kia.
謝謝妳，我已收到妳前天寄來的信了。

4 Tôi xin thay mặt công ty trả lời về yêu cầu của quý công ty như sau:....
我代表公司回答貴公司的要求，如下：⋯⋯

5 Tôi xin lỗi vì quên hồi âm thư ngay cho chị, mong chị thông cảm.
很抱歉，我忘了馬上回信給您，希望您能諒解。

6 Tôi rất cảm động khi nhận được thư hỏi thăm sức khỏe của bà.
收到您的問候信，我感到非常感動。

❺ Đưa ra yêu cầu 提出要求

Từ vựng 詞彙

1	**vụ kiện** / 事件	
2	**thắng** / 勝、贏	
3	**điều kiện** / 條件	
4	**không thể** / 不可以、不行	
5	**đáp ứng** / 答應	
6	**giải quyết** / 解決	
7	**có thể** / 可以	
8	**nội dung** / 內容	
9	**đánh giá** / 評價	
10	**năng lực** / 能力	
11	**thời gian** / 時間	

Email書寫

12 cảm động ／ 感動

13 hỏi thăm ／ 問候、問好

14 sức khỏe ／ 健康

15 ngoài ra ／ 除外

16 cách ／ 隔、距離、離……多遠

17 tổn thất ／ 損失

18 lô hàng ／ 批貨

19 xuất / ra ／ 出

20 tháng ／ 月

21 vừa qua ／ 剛過

1. Tôi cần chị giúp tôi một việc như sau:…
   我需要您幫我一件事，如下：……

2. Vụ kiện này tôi muốn ông giúp tôi thắng kiện.
   我要你幫我打贏這場官司。

3. Điều kiện anh đưa ra tôi không thể đáp ứng được.
   你提出的條件，我沒辦法答應。

4. Tôi hết sức cảm ơn, nếu cô giải quyết giúp tôi việc này.
   如果你幫我解決這件事情，我會非常感謝。

5. Chị có thể gửi cho tôi nội dung kế hoạch mới không?
   你可以寄新的計劃內容給我嗎？

1. Tôi đánh giá cao năng lực của anh trong dự án này.
   此專案，我對你的能力有很高的評價。

2. Chúng tôi mong được hợp tác với anh trong thời gian tới.
   我們希望將來能與您合作。

3　Ngoài những yêu cầu trên ra, chúng tôi còn một yêu
cầu khác đó là, quý công ty nhất định phải giao hàng
đúng hạn.
除了以上所述的內容，我們還有一個要求，就是貴公
司一定要如期交貨。

4　Ngoài ra, tôi muốn nhận được thư hồi âm cụ thể của
các anh.
另外，我希望能收到你們具體的回覆信件。

5　Xin anh cho biết cách giải quyết của công ty về tổn
thất của lô hàng W298 xuất ngày 28 tháng 5 vừa qua.
請告知公司對於5月8日，編號W298貨品損失的處理
方式。

❻ Đưa ra lời đề nghị giúp đỡ　提出請求幫助

Từ vựng 詞彙　249

1　**như sau**　／　如下、以下

2　**liên hệ**　／　聯絡、聯繫

3　**giúp**　／　幫、協助

4	**sẵn sàng, sẵn lòng** ／ 準備好、願意
5	**xe chở hàng** ／ 貨車
6	**tới ngay, đến ngay** ／ 馬上到
7	**hỗ trợ** ／ 協助、幫忙
8	**hân hạnh** ／ 榮幸
9	**vì** ／ 因為
10	**đã** ／ 已經
11	**giúp được** ／ 幫得上
12	**mời, hãy** ／ 請
13	**đợi** ／ 等、待
14	**một lát / một lúc / một chút** ／ 一會、一下
15	**trợ lí** ／ 助理、秘書
16	**của** ／ 的
17	**sẽ** ／ 就、會、將

18 **xử lí** ／ 處理

19 **ngay** ／ 馬上

Câu mẫu 句型範例

1 🎧 250

1 Tôi muốn nhờ chị giúp chúng tôi một việc.
我想請妳幫我們一個忙。

2 Chị cần chúng tôi liên hệ giúp không?
妳需要我們幫忙聯絡嗎？

3 Chúng tôi sẵn sàng giúp ông.
我們願意幫助您。

4 Chị muốn công ty họ giúp gì không?
你想要他們公司幫什麼忙嗎？

5 Anh chị có cần chúng tôi giúp gì không?
你們需要我們幫忙什麼嗎？

1 Chị cần tôi liên hệ xe chở hàng giúp không?
妳要我幫妳連絡貨車嗎？

2 Anh có muốn tôi tới ngay không?
你要我馬上到嗎？

3 Chị có muốn cô ấy giúp chị không?
妳要她幫妳的忙嗎？

4 Cô ấy rất vui và sẵn lòng hỗ trợ ông.
她很樂意及願意協助您。

5 Chúng tôi rất hân hạnh vì đã giúp được cô.
我們非常榮幸能幫上妳的忙。

6 Mời ông hãy đợi một lát, trợ lí của chúng tôi sẽ xử lí ngay giúp ông.
請您稍等一下，我們助理會馬上幫您處理。

❶ Thông báo tin tốt 通知好消息

Từ vựng 詞彙　

1	**sẵn sàng** / 準備好

2	**xe** / 車子、車

3	**cấp cứu** / 急救

4	**ngay** / 馬上

5	**chần chừ** / 猶豫

6	**rất vui** / 很高興

7	**sẵn lòng** / 很樂意

8	**hỗ trợ** / 協助

9 **hân hạnh** ／ 榮幸

10 **báo** ／ 報告、告知

11 **chúc mừng** ／ 祝賀、恭喜

12 **trúng thầu** ／ 得標

13 **đạt giải** ／ 得獎

14 **thắng kiện** ／ 勝訴

15 **thành công** ／ 成功

16 **thương trường** ／ 商場

Câu mẫu 句型範例

1 Xin báo với anh một tin vui.
通知你一個好消息。

2 Chúc mừng và cảm ơn ông.
恭喜和謝謝您。

3 Tôi rất vui thông báo với bà rằng.
我很高興地通知您。

4 Xin báo với bà là chúng tôi đã trúng thầu.
向您報告我們已得標。

5 Xin báo với ông công ty chúng tôi vừa đạt giải.
向您報告我們公司剛得了獎。

6 Chúng tôi rất vui khi biết được bà đã thắng kiện.
我們很高興得知您贏了官司。

7 Chúng tôi vừa nhận được tin vui của quý công ty, xin chúc mừng.

我們剛收到貴公司的好消息，恭喜！

8 Tôi rất vui khi nghe ông đã rất thành công trên thương trường.

我很高興聽到您在商場非常的成功。

❷ Thông báo tin xấu 通知壞消息

Từ vựng 詞彙 254

1 **trên** ╱ 上、以上

2 **nghe** ╱ 聽

3 **khởi kiện** ╱ 起訴

4 **hỏng** ╱ 壞、故障

5 **xảy ra** ╱ 發生

6	ngoài	/	外
7	trong	/	內、裡
8	ý muốn	/	意思
9	tin	/	消息
10	sốc	/	打擊
11	tin sốc	/	打擊的消息
12	tố cáo	/	投訴
13	hài lòng	/	滿意
14	lắm	/	太
15	đừng	/	別、千萬
16	nhất định	/	一定
17	cẩn thận	/	小心、謹慎
18	sơ sài	/	粗心、大意、隨便
19	giao tiếp	/	交際

20 thăng chức ／ 升職、升官、升遷

21 khách hàng ／ 客戶

22 chăm chỉ ／ 認真、勤勞

23 lười / làm biếng / nhác ／ 懶惰、偷懶

24 cố gắng ／ 努力

25 đề bạt ／ 提名、建議

26 rất tiếc ／ 可惜

27 hủy ngang ／ 中斷

28 thôi ／ 算了吧、而已、好（了）

29 đơn hàng ／ 訂單

30 bàn bạc ／ 商量、討論

31 phải ／ 要、是

32 cho rằng ／ 認為

33 suy nghĩ ／ 思考

34 **cụ thể** / 具體

35 **quyết định** / 決定

36 **chấm dứt** / 結束

Câu mẫu 句型範例

1 🎧 255

1
Hàng bị hỏng rất nhiều.
貨品有很多瑕疵。

2
Chúng tôi sẽ khởi kiện.
我們會起訴。

3
Việc xảy ra ngoài ý muốn.
這是意外的發生。

4
Đây là một tin sốc đối với họ.
此消息對他們來說，有很大的打擊。

5
Tôi muốn tố cáo nhân viên A.
我想提告A員工。

6 Lần này không kịp xuất hàng.
這次來不及出貨。

2 🎧 256

1 Việc này tôi không hài lòng cho lắm.
這件事我不太滿意。

2 Tôi báo tin này mong ông đừng quá buồn.
希望我的消息，不會讓您太難過。

3 Sau khi nghe tin này ông nhất định sẽ rất buồn.
當聽到此消息之後，您一定會很難過的。

4 Tôi e rằng không thể tham dự được buổi tiệc tối nay.
我恐怕不能參加今天晚上的晚宴。

5 Anh nên cẩn thận khi giao tiếp với khách hàng.
與客戶溝通時，你要特別的注意。

6 Anh không được thăng chức trong lần đề bạt này.
在這次的升職，你沒有被提名。

7 Kiểu dáng này không phải kiểu mà chúng tôi đưa ra.
這款式不是我們提的。

1
Tôi nghĩ anh nên chăm chỉ và phải cố gắng hơn nữa.
我想你要更加認真及努力。

2
Chúng tôi phải thông báo một tin không vui đến với ông.
我們必須向您通知一個壞消息。

3
Chúng tôi rất tiếc vì không có cơ hội được hợp tác với ông.
沒有機會跟您合作，我們感到非常可惜。

4
Theo tình hình này chúng ta phải hủy ngang hợp đồng thôi.
依這種情形，我們必須要中斷合約。

5
Chúng tôi rất tiếc thông báo với anh là đơn hàng ngày 25 tháng 5 đã bị hủy.
我們非常遺憾通知你，關於5月25日的訂單被取消了。

6
Tôi cho rằng hai bên phải bàn bạc và suy nghĩ lại rồi mới tính đến chuyện kí kết.
我認為雙方應該討論及思考，再談簽署的相關事宜。

7
Sau khi bàn bạc cụ thể chúng tôi quyết định chấm dứt hợp đồng với quý công ty.
在仔細的商討之後，我們決定與貴公司終止合約。

❸ Phàn nàn 抱怨

Từ vựng 詞彙 258

1 **khiếu nại** ／ 申訴

2 **vớ vẩn** ／ 亂來

3 **bốc** ／ 抓（藥）、裝卸貨

4 **rườm rà** ／ 麻煩、複雜

5 **lằng nhằng** ／ 麻煩、囉嗦

6 **chưa** ／ 未、還沒

7 **đóng gói** ／ 包裝、裝箱

8 **cẩu thả** ／ 亂做、隨便做

9 **mức** ／ 標準

10 **hợp lý** ／ 合理

11 **đúng** ／ 對、是

12　khâu ／ 縫

13　quản lí ／ 管理

14　tồn kho ／ 庫存

15　quá hạn ／ 過期

16　khớp ／ 吻合、剛好、恰巧

17　số lượng ／ 數量

18　đặt hàng ／ 訂貨

19　hài lòng ／ 滿意

20　thái độ ／ 態度

21　phục vụ ／ 服務

22　nữa ／ 再

23　nửa ／ 半

24　vẫn ／ 仍然、還

Câu mẫu 句型範例

1 🎧 259

1. Tôi muốn khiếu nại.
我想投訴。

2. Rất nhiều thủ tục vớ vẩn.
很多不必要的手續。

3. Thủ tục xuất hàng quá rườm rà.
出貨手續太麻煩了。

4. Công ty anh bốc hàng quá chậm.
你公司卸貨速度超慢的。

5. Thủ tục nhận hàng lằng nhằng quá.
收貨程序太麻煩了。

6. Đơn hàng ngày mai vẫn chưa đến.
明天的訂單還沒到呢。

7. Bên anh đóng gói hàng hóa rất cẩu thả.
你們裝箱太不專業了。

1 Mức bồi thường của công ty chưa hợp lí.
公司的賠償金額不合理。

2 Tôi cần công ty đứng ra xin lỗi khách hàng.
我要公司出面跟客戶道歉。

3 Anh cần xem lại khâu quản lí hàng tồn kho.
你要檢討庫存管理的作業。

4 Theo thời gian hợp đồng thì đã quá hạn giao hàng.
依合約交貨時間已過期了。

5 Xưởng may rất nhiều hàng lỗi anh cần kiểm tra lại.
縫紉廠貨品有很多瑕疵，你要再次檢查。

6 Số lượng hàng giao không khớp với số lượng hàng đặt.
交貨的數量與訂貨的數量不一致。

7 Tôi viết thư phản ánh, vì không hài lòng về thái độ phục vụ của quý công ty.
因為對於貴公司的服務態度感到不滿，所以我寫信來反應。

8 Tôi đặt hàng cả nửa tháng nay mà đến giờ vẫn chưa nhận được hàng.
我訂貨已經半個月了，但到現在還沒收到。

❹ Kết thúc 結束

Từ vựng 詞彙 261

1 **lượng thứ** ／ 諒解、原諒

2 **biết ơn** ／ 懂得感恩

3 **hiểu** ／ 了解、懂

4 **thành thật** ／ 誠實

5 **chân thành** ／ 真誠、真心

6 **chỉ giáo** ／ 指教

7 **chú ý** ／ 注意

8 **đưa** ／ 給、送（你回家）

9 **mấy** ／ 幾

10 **xử lí** ／ 處理

11 **giao lưu** ／ 交流

12 buổi họp / 場會議

13 kiểm điểm / 檢討

14 xác nhận / 確認

15 cải thiện / 改善

16 tình hình / 情況、情形

17 đúng hạn / 準時

18 vận chuyển / 運輸

19 chịu / 受、忍（耐）

20 hoàn toàn / 全部、完全

21 trách nhiệm / 責任

22 còn / 還有、剩

23 nhiều / 多

24 cơ hội / 機會

1 🎧 262

1 Kính mong ông bà lượng thứ.
敬請您們諒解。

2 Chúng tôi vô cùng biết ơn ông.
我們非常感謝您。

3 Hy vọng chúng ta sẽ gặp lại nhau.
希望我們會再見面。

4 Mong rằng anh có thể hiểu tôi hơn.
希望您能更瞭解我。

5 Tôi thành thật xin lỗi về sai sót của mình.
我真誠為我所犯的錯誤道歉。

6 Công ty chúng tôi chân thành cảm ơn ông.
我們公司真誠地感謝您。

7 Xin chân thành cảm ơn lời chỉ giáo của bà.
真誠感謝您的指教。

1 Tôi sẽ chú ý những gì mà quý công ty đưa ra..
我會注意貴公司所提出的意見。

2 Trong mấy hôm nay tôi sẽ xử lí ngay cho ông.
這幾天我會幫您處理。

3 Tôi rất vui được gặp ông trong buổi giao lưu này..
我很高興在這場交流會能見到您。

4 Tôi đã xác nhận lại thông tin mà anh nhắc đến rồi.
我已確認過，你提到的訊息了。

5 Mong anh thông cảm, tôi sẽ họp và kiểm điểm ngay.
請你諒解，我會馬上開會及檢討。

6 Chúng tôi hứa sẽ cải thiện tình hình xuất hàng đúng hạn.
我們承諾會改善，一定會如期出貨。

7 Việc vận chuyển có sai sót tôi xin chịu hoàn toàn trách nhiệm.
運輸作業出了問題，我會負起全責。

8 Hy vọng chúng ta còn có nhiều cơ hội cùng hợp tác với nhau.
希望我們還會有很多合作的機會。

HỘI NGHỊ (HỌP)

會議篇

Bài 17 > NỘI DUNG CÓ LIÊN QUAN ĐẾN CUỘC HỌP（I）

第十七課　會議相關議題（一）

❶ Bắt đầu cuộc họp　會議的開始

Từ vựng 詞彙

1　bắt đầu ／ 開始

2　họp ／ 開會

3　cuộc ／ 場（指比賽或會議等量詞）

4　cuộc họp ／ 場會議

5　bắt đầu họp ／ 開始開會、會議開始

6　nên ／ 應該

7　xem qua ／ 看過、過目

8　bản ／ 版、份（指文件）

9 báo cáo / 報告

10 ai / 誰

11 ý kiến / 意見

12 vấn đề / 問題

13 bán hàng / 售貨

14 đưa ra / 提出

15 cho phép / 允許、准許

16 nhấn mạnh / 強調

17 những / 些

18 cốt yếu / chủ yếu / chính / 主要

19 chuyên gia / 專家

20 đến đây / 到此、到這

21 có lẽ / 也許

22 trễ / 遲到、晚

23 **kẹt xe** ／ 塞車

24 **phát biểu** ／ 發表

25 **nhận xét** ／ 建議、檢討；**kiểm điểm** ／ 檢討

26 **xong** ／ 完成、結束、好

27 **về việc** ／ 關於

28 **tuần vừa rồi** ／ 上周

29 **đi vào** ／ 進入

30 **chi tiết** ／ 細節

Câu mẫu 句型範例

1 🎧 265

 Chúng ta bắt đầu họp.
我們開始開會。

 Chúng ta hãy bắt đầu cuộc họp.
我們的會議開始。

3   Thưa quý bà, quý ông tôi nghĩ chúng ta nên bắt đầu.
各位好，現在我們要開始了。

4   Mọi người đã xem qua các bản báo cáo rồi, có ai có ý kiến gì không?
大家都已經看過簡報了，誰有什麼看法呢？

5   Giám đốc bán hàng đã đưa ra các vấn đề chi tiết..
銷售經理已經提出細節問題。

6   Xin cho phép tôi nhấn mạnh một vài ý kiến, tôi cho rằng đó là vấn đề cốt yếu.
請讓我強調一些意見，我認為那是關鍵的問題。

1   🎧 266

1   Hôm nay, tôi đã mời một chuyên gia đến đây.
今天我邀請一位專家前來。

2   Có lẽ ông ấy đến trễ vì kẹt xe.
也許他因為塞車所以遲到了。

3   Xin chờ một chút.
請等一下。

4   Tôi muốn được lên phát biểu sau khi giám đốc nhận xét xong về việc bán hàng của tuần vừa rồi.
等經理檢討上周銷售情形後，我想發表意見。

5 Bây giờ, chúng ta sẽ đi vào chi tiết của cuộc họp.
現在我們開始討論會議細節。

❷ Người chủ trì cuộc họp tự giới thiệu 主席的自我介紹

Từ vựng 詞彙 267

1 chủ trì ／ 主持

2 quý vị ／ 各位

3 mọi người ／ 大家

4 chú ý ／ 注意、留意

5 vào họp ／ 會議開始、開始開會

Câu mẫu 句型範例

 268

1 Chào quý vị.
各位好！

2　Chào mọi người.
大家好！

3　Chúng ta bắt đầu vào họp.
我們開始進行會議。

4　Chúng ta bắt đầu họp.
我們開始開會。

5　Mời mọi người chú ý.
請各位留意！

6　Xin mọi người chú ý.
請大家注意！

Từ vựng 詞彙 269

1	cho	/	給
2	cho phép	/	允許
3	giải thích	/	解釋
4	mục đích	/	目的
5	chủ đề	/	主題
6	quảng cáo	/	廣告
7	chủ yếu	/	主要
8	chiến lược	/	戰略、策略
9	chương trình	/	行程、議程、流程

Câu mẫu 句型範例

1 🎧 270

1 Cho phép tôi giải thích mục đích cuộc họp lần này.
讓我來說明此次會議的目的。

2 Chủ đề cuộc họp hôm nay là thảo luận về
việc quảng cáo sản phẩm mới.
今天主要的議題是討論新商品的廣告。

3 Mục đích cuộc họp lần này chủ yếu là thảo luận về
chiến lược giới thiệu sản phẩm mới.
這次會議的主要目的，是討論介紹新商品的策略。

4 Chương trình họp hôm nay rất quan trọng.
今天的議程很重要。

5 Tý nữa có mấy việc quan trọng cần báo cáo với mọi
người.
等一下有幾個重要的項目要跟大家報告。

❹ Chỉ định người phát biểu 指定發言者

1	Trưởng phòng	/	處長
2	Phó phòng	/	副處長
3	kinh doanh	/	銷售
4	phát biểu	/	發表
5	trước	/	前
6	sau	/	後
7	Trần	/	陳
8	tổ trưởng	/	組長
9	báo cáo	/	報告
10	đọc	/	讀
11	chính	/	正、政

12 phụ / 負、副

1　Trưởng phòng kinh doanh, mời anh phát biểu trước được không?
銷售部處長，請您先發言，好嗎？

2 Tôi có thể phát biểu không?
我可以發言嗎？

3 Anh Trần bắt đầu nhé!
陳先生開始吧！

4 Mời tổ trưởng tổ 1 bắt đầu báo cáo.
請第一組的組長開始報告。

5 Mời thư ký đọc nội dung chính của buổi họp hôm nay.
請秘書宣讀今天會議主要的內容。

---

❺ Trưng cầu ý kiến　徵求意見

Từ vựng 詞彙　

1　**chủ quản** ／ 主管

2　**như vậy** ／ 如此、這樣

3　**mọi người** ／ 大家、你們

4　**đồng ý** ／ 同意

5　**trợ lí đặc biệt** ／ 特助

6	Lý ／ 李

7	như thế nào ／ 如何

8	cho rằng ／ 認為

9	mỗi người ／ 每個人

10	đều ／ 都

11	tham khảo ／ 參考

12	trưng cầu ／ 徵求

Câu mẫu 句型範例

1 〔274〕

1 Ý của các vị thế nào?
各位的想法如何？

2 Tôi đồng ý, anh có ý kiến gì khác không?
我同意，你有意見嗎？

3 Việc này mọi người có ý kiến gì không?
這件事大家有意見嗎？

4 Ý của chủ quản như vậy. Mọi người có đồng ý không?
主管的意見是這樣，大家同意嗎？

5 Tôi muốn xin ý kiến của mọi người.
我想向大家徵求意見。

2 🎧 275

1 Ý của Phó tổng Giám đốc Lý là......
李副總的意思是……

2 Mọi người thấy ý kiến của anh Trần thế nào?
大家覺得陳先生的意見如何？

3 Tôi cho rằng mỗi người đều đưa ra 1 ý kiến để cùng tham khảo.
我認為每一位都提出一個問題來討論。

4 Tôi nghĩ các tổ trưởng nên trưng cầu ý kiến của nhân viên.
我想各位組長應該要徵求員工的意見。

5 Bây giờ tôi tổng hợp ý kiến của mọi người, xin hỏi còn ai có ý kiến khác nữa không?
現在我綜合大家的意見，請問還有其他意見嗎？

❻ Đưa ra vấn đề 提出問題

Từ vựng 詞彙 276

1. **số liệu** ／ 數據

2. **chính xác** ／ 正確

3. **sai** ／ 錯

4. **đúng** ／ 對、是

5. **hoàn toàn** ／ 完全、全部

6. **tranh cãi** ／ 爭議

7. **thống nhất** ／ 統一

8. **vài** ／ 一些

9. **kỹ sư** ／ 技師、工程師

10. **thiết kế** ／ 設計

11. **giỏi** ／ 好、棒

12. **dốt** ／ 笨、蠢

1 🎧 277

1. Bản báo cáo này số liệu không chính xác.
   這份報告數據不正確。

2. Phụ đề bị sai phông chữ.
   字幕的字型錯了。

3. Nội dung của bản hợp đồng này có nhiều tranh cãi.
   這份合約內容有很多爭議。

4. Tôi cho rằng báo cáo của anh ấy có rất nhiều vấn đề.
   我認為他的報告問題很多。

5. Tôi chỉ cho các anh ở đây còn thiếu một số nội dung như sau:
   我給各位看，這裡還有漏掉一些內容如下：

6. Hai bên đều có nhiều vấn đề chưa được thống nhất.
   雙方都有很多議題談不攏。

7. Không đủ người tôi nghĩ nên tuyển thêm vài kỹ sư thiết kế giỏi nữa.
   人手不足，因此我建議多聘幾位好設計師。

1　Thiếu người bốc dở hàng, cần điều động người từ tổ khác đến giúp.
缺裝卸貨的人手，需要從別組調人來幫忙。

2　Công nhân nghỉ việc quá nhiều, chúng ta phải tuyển thêm người.
太多員工離職，我們要多招聘新人。

3　Tôi cho rằng tổng ngạch tiêu thụ giảm là do hàng mới bị lỗi.
我認為銷售額下降，是因為新品有瑕疵的關係。

4　Nguyên nhân ở chỗ là chiến lược quảng cáo không chính xác.
原因在於我們的廣告策略不正確。

5　Tổ trưởng Vương đề nghị nên quảng cáo nhiều hơn nữa.
王組長建議多做點廣告。

6　Tôi đề nghị tăng thêm một đợt khuyến mại nữa.
我建議再增加一次特賣。

7　Chúng ta cần phải có một đội ngũ kỹ sư giỏi và chuyên nghiệp.
我們要有專業及好的技師團隊。

❼ Giải thích tình hình 說明狀況

Từ vựng 詞彙 279

1	**chấm dứt** / 終止、結束
2	**hài lòng** / 滿意
3	**phá hủy** / 破壞
4	**mẫu mã** / 樣式、款式
5	**chủ yếu** / 主要
6	**nghiêm khắc** / 嚴苛、嚴格
7	**tài chính** / 財務
8	**biểu hiện** / 表現

1 🎧 280

1. Chất lượng là nguyên nhân chính để khách hàng chấm dứt hợp đồng.
品質是客戶終止合約的主要原因。

2. Chính chúng ta là người đã phá hủy điều khoản trong hợp đồng này trước.
我們是先破壞合約的失信者。

3. Mẫu mã và nội dung quảng cáo khiến khách hàng không hài lòng.
樣式與廣告內容讓客戶不滿意。

4. Nguyên nhân chủ yếu là khách hàng không đồng ý mẫu mà chúng ta thiết kế.
主要是因為客戶不同意我們設計的款式。

5. Mọi người thảo luận một chút, nếu được thì giảm cho khách hàng 5% nhé!
你們討論一下，如果可以就給客戶降低5%吧！

6. Yêu cầu về thái độ phục vụ của khách hàng ngày càng cao.
消費者對服務態度要求，越來越高。

1

Tiêu chuẩn và yêu cầu về chất lượng ngày càng nghiêm khắc.

品質的要求與標準，越來越嚴格。

2

Số lượng về tiêu thụ hàng hoá không lý tưởng.

目前銷售量不太理想。

3

Công ty gặp một số khó khăn về tài chính.

公司遇到一些財務狀況。

4

Nội dung công việc mà chúng ta phụ trách là rất nhiều, do vậy mọi người hãy chú ý một chút.

我們負責的工作內容很多，因此請各位多多留意。

5

Hiệu quả công việc là rất quan trọng, mọi người hãy cùng nhau để hoàn thành.

工作效率很重要，請大家同心協力完成。

6

Mọi người làm rất tốt.

Các bạn biểu hiện (làm) rất tốt.

大家做（表現）得很好。

❶ Hỏi người khác　詢問別人

Từ vựng 詞彙

1	**muốn** /	想
2	**hỏi** /	問
3	**gì** /	什麼
4	**chưa** /	還沒、未、了沒、了嗎
5	**vậy** /	嘛（語助詞）
6	**cấp trên / Sếp** /	上司、長官
7	**cấp dưới** /	下屬
8	**xin ý kiến** /	請示

Câu mẫu 句型範例

1 〔283〕

1　Anh muốn hỏi gì tôi?
你想問我什麼？

2　Chị muốn hỏi tôi việc gì vậy?
妳想問我什麼事呢？

3　Em đã hỏi giám đốc chưa vậy?
妳已經詢問經理了嗎？

4　Em hỏi ý kiến của cấp trên chưa?
你請示上司的意見了沒？

5 Em muốn hỏi anh một việc.
我想問你一個問題。

6 Có việc này tôi muốn xin ý kiến của ông.
有件事我想請教您一下。

7 Tôi có tiện hỏi tổ phó một chút không ạ?
我方便問副組長一下嗎？

8 Anh ấy đã hỏi ý kiến của cô chưa?
他有詢問妳的意見了嗎。

❷ Xác nhận lại 再次確認

ⓐ Xác nhận lại nội dung họp 再次確認會議內容

Từ vựng 詞彙 284

1 **xác nhận** ╱ 確認

2 **lại** ╱ 再、又

3 **điều khoản** ╱ 條款

4 **bên** ／ 方、旁、邊

5 **bên mua** ／ 買方

6 **bên bán** ／ 賣方

7 **hai bên** ／ 雙方

8 **mà** ／ 而

9 **xưởng trưởng** ／ 廠長

10 **kiểm tra** ／ 檢查

11 **lần nữa** ／ 再次

12 **màu** ／ 顏色

13 **sai sót** ／ 錯誤、差錯

14 **hay không** ／ 有沒有、好聽嗎？

15 **một lần nữa** ／ 再次

16 **việc** ／ 事宜、事情

17 **chuẩn bị** ／ 準備

18　tài liệu　/　資料、文件

19　chuyến công tác　/　趟出差

20　lần này　/　這次

21　ổn chưa　/　妥當

Câu mẫu 句型範例

1　〔285〕

1　Xác nhận lại điều khoản bên mua.
再次確認買方的條款。

2　Chúng tôi đã xác nhận với bên bán rồi.
我們已經跟賣方確認過了。

3　Xác nhận lại điều khoản hợp đồng mà hai bên đã ký kết.
再次確認雙方已經簽約的條款。

4　Tổ 1 xem lại đơn hàng H7689.
第一組再次確認H7689貨號。

5 Xưởng trưởng kiểm tra lại lần nữa màu của hàng mẫu.
廠長再次確認樣本的顏色。

6 Tôi cần xác nhận lại mục đích của quảng cáo lần này.
我要確認本次廣告的目的。

7 Mời anh xác nhận lại nội dung này một chút.
讓你再確認一下這個內容。

8 Mời giám đốc xác nhận lại nội dung hội nghị xem có gì sai sót hay không.
經理，請您確認一下會議的內容是否無誤。

9 Ông ấy muốn xác nhận lại một lần nữa xem việc chuẩn bị tài liệu cho chuyến công tác lần này đã ổn chưa?
他想再確認一下，這次出差的資料是否都準備好了。

ⓑ **Xác nhận lại nội dung phát biểu** 再次確認發言內容

1	vừa	/	剛、合身

2	vừa nãy	/	剛剛

3	rõ hơn	/	更細、明白一點、清楚一點

4	tóm tắt	/	總結、縮短、精簡、簡短

5	dài dòng	/	囉嗦

6	đúng	/	對、正確

7	sai	/	錯

8	làm phiền	/	煩勞、麻煩

9	giải thích	/	解釋、說明

10	vừa mới	/	剛剛、剛

11	báo cáo / thuyết trình	/	報告、說明

12	thư ký	/	秘書

1 〔287〕

1 Tôi không hiểu anh vừa nói gì?
我不太懂您剛說什麼？

2 Cô đọc lại giúp tôi nội dung vừa nãy.
妳幫我再講一下剛剛的內容。

3 Anh có thể nói rõ hơn một chút được không?
你可以再說仔細一點嗎？

4 Tôi tóm tắt lại ý kiến mà mọi người vừa phát biểu xong.
我總結大家剛發表的意見。

5 Làm phiền anh giải thích giúp chúng tôi một lần nữa được không?
麻煩您幫我們再說明一遍好嗎？

6 Mời mọi người hãy xem lại nội dung vừa nói đã đúng chưa?
請大家確認一下，剛講的內容是否正確？

7 Thư ký cho tôi xem lại nội dung vừa mới báo cáo xong.
秘書再給我看一下，剛報告完的內容。

ⓒ Xác nhận ý của đối tác / đối phương 再次確認對方的意思

Từ vựng 詞彙

1 ý ／ 意思

2 thấy ／ 覺得、看

3 kế hoạch ／ 計畫

4 dự án ／ 專案、計畫

5 này ／ 這、此

6 ra sao ／ 如何

7 theo ／ 依照、根據

8 giám đốc ／ 經理

9 Hoàng ／ 黃

10 thì nên ／ 就應該

11 xử lý ／ 處理

12	như thế nào	/	怎麼樣、如何
13	quá lời	/	說話過重
14	sửa	/	修改、修正、修理
15	trường hợp	/	情況
16	trường hợp này	/	這種情況
17	không ổn	/	不妥當、不行
18	thì sao	/	如何？
19	nhất định	/	一定
20	phương pháp	/	方法
21	giống hệt nhau	/	一模一樣
22	thật sự	/	真的
23	thích hợp	/	適合
24	thiết kế	/	設計
25	mẫu mới	/	新款

1 🎧 289

1
Ý của chị là....
妳的意思是……

2
Ý của anh là …….
你的意思是……

3
Chúng ta phải làm gì đây?
我們該怎做呢？

4
Bây giờ nên giải quyết thế nào anh?
先生（哥哥），現在該怎麼處理呢？

5
Xin hỏi ý của giám đốc thì thế nào ạ?
請問，經理的意思如何？

6
Anh thấy kế hoạch dự án này ra sao?
你覺得這個專案計畫如何？

7
Xin lỗi bà vì vừa nãy tôi quá lời.
對不起（抱歉）剛才我說話過重了。

8
Xin hỏi ý của cô vừa nói là....
請問妳剛說的是什麼意思……

1 Giám đốc Hoàng việc này nên xử lý như thế nào nhỉ?
黃經理這件事如何處理呢？

2 Điều khoản của dự án này bà không đồng ý, vậy chúng tôi nên sửa như thế nào ạ?
此專案的條款您不同意，那我們該如何修改呢？

3 Xin hỏi anh trường hợp này thì nên giải quyết thế nào nhỉ?
請教您一下，這種情況如何處理呢？

4 Anh ơi, nếu cách này không ổn thì sao ạ?
先生，如果這個方法不妥當該怎麼辦？

5 Phương án chúng ta đưa ra nhỡ may không ổn thì phải làm sao đây?
我們提出的方案萬一不妥當，該怎麼辦呢？

6 Cách này không ổn thế các anh chị có cách khác không?
這個辦法不妥，大家有其他辦法嗎？

7 Theo anh các em không nên làm như vậy.
依照我的意思，你們不應該這麼做。

1 Chúng ta đưa ra đề án không khả quan lắm, bây giờ phải làm sao đây?

我們的提案不太樂觀，現在該怎麼辦呢？

2 Cách này không ổn, thế các anh chị có cách nào khác không?

這個辦法不太妥當，那麼你們有其他辦法嗎？

3 Ý của tổ phó xử lý tình huống như vậy là không ổn ạ?

副組長的意思，這樣應變狀況是不太妥當嗎？

4 Ý của bà nếu cứ theo đó mà xử lý thì nhất định sẽ không tốt ạ?

您的意思，如果依照這樣處理一定不好嗎？

5 Phương pháp giống hệt nhau thật sự là không thích hợp ư?

一模一樣的方法，真的不適合嗎？

6 Phương án thiết kế mẫu mới của công ty chúng ta không tốt hả?

我們公司提出新樣品的方案不好，是嗎？

❸ Bày tỏ quan điểm 表達觀點

Từ vựng 詞彙 292

1	đang	在、正在
2	hiểu	懂、了解、會
3	tuyệt vời	棒、極好
4	chủ ý	主意
5	vô cùng	非常
6	suy nghĩ	思考、想法
7	khả thi	可觀
8	thử	試著
9	làm theo	照做
10	xem sao	看看如何
11	yêu cầu	要求

12　**thêm** ／ 增加

13　**bỏ / xóa** ／ 刪除、去掉

14　**bảo** ／ 告訴、叫、說

15　**đặt hàng** ／ 訂貨

16　**tham gia** ／ 參加

17　**dự án** ／ 專案

18　**được** ／ 得到、行、可以

19　**đơn vị** ／ 單位

20　**ủng hộ** ／ 支持

21　**khả quan** ／ 可觀

22　**khả thi** ／ 可行

23　**vừa** ／ 剛剛、適合

24　**vẫn giữ** ／ 保留

25　**lập trường** ／ 立場

26	cơ hội	/	機會
27	ghi rõ	/	寫清楚
28	nhượng bộ	/	讓步、退讓
29	nhập hàng	/	進貨
30	tiến hành	/	進行

Câu mẫu 句型範例

ⓐ Biểu đạt ý kiến của bản thân 表達自己的看法

1
Tôi hiểu ý của ông.
我明白您的意思。

2
Tôi biết anh đang nói gì.
我知道你在說什麼。

3
Cách nghĩ của anh chúng tôi đều hiểu.
你的看法我們都懂。

4 Ý của khách hàng tôi đã hiểu (rõ).
對方的想法我已經明白了。

5 Điều mà Sếp để ý chúng tôi đều biết.
長官所在意的我們都知道。

ⓑ Đồng ý / tán thành 同意／贊成

1 294

1 Anh ấy đồng ý và tán thành cách nghĩ của chúng ta.
他同意並支持我們的想法。

2 Đây đúng là một cách tuyệt vời.
這的確是一個好辦法。

3 Ý kiến của anh rất tốt, chúng tôi sẽ suy nghĩ.
你的建議是很好，我們會考慮。

4 Cách suy nghĩ của anh ấy là có khả thi, mọi người thử
làm theo xem sao.
他的看法是可行的，大家試著做看看。

5 Chúng tôi đồng ý, nhưng có những điều kiện như sau.
我們同意，但是有以下的條件。

6 Công ty A đồng ý và yêu cầu thêm 1 điều khoản mới
này ạ.
A公司同意並要求加此條款。

7 Tôi đồng ý, nhưng phải báo cáo với cấp trên một chút.
我同意，不過要跟長官報備一下。

8 Chúng tôi đồng ý ký hợp đồng, nhưng điểm này phải bỏ (xóa) đi.
我們同意簽約，不過這一點要刪除。

2 🎧 295

1 Nội dung mà hôm nay vừa thảo luận tôi đều đồng ý.
今天討論的內容我都同意。

2 Anh về sửa lại nội dung vừa thảo luận xong đưa cho tôi ký.
你回去修正剛討論的內容，再拿給我簽名。

3 Chúng tôi đồng ý xuất hàng đúng thời hạn.
我們同意如期出貨。

4 Khách hàng bảo đặt hàng thì không có vấn đề gì, nhưng chúng ta phải đưa cho họ xem hợp đồng mua bán trước.
對方說訂貨是可以的，不過我們先給他們看買賣合約。

5 Mục 6 điều 8 của hợp đồng cần phải thêm hai điểm này.
合約第八條第六項，要加上這兩點。

6 Bây giờ sang (qua) cũng được, bảo họ đưa xe đến đón
tôi đi.
要現在過去也可以，請他們派車來接我一下。

7 Các vị muốn thứ 6 ký hợp đồng không có vấn đề gì.
您們要星期五簽約是沒問題的。

3 🎧 296

1 Nội dung của bản hợp đồng này cần sửa một chút.
此份合約內容需要修改一下。

2 Ý kiến của anh đưa ra giám đốc đã đồng ý.
你提出來的意見，經理已經同意了。

3 Tôi đồng ý với ý kiến của mọi người.
我贊同大家的建議。

4 Ai cũng đồng ý tham gia kế hoạch này.
大家都同意參加此計畫。

5 Dự án lần này được rất nhiều đơn vị ủng hộ.
此專案有很多單位支持。

6 Các em xem lại điều 2 khoản 3 xem có hợp lý không
thì mới đồng ý xuất hàng.
你們幫忙再確認一下，第二條第三項是否合理，才同
意進貨。

7. Tổng giám đốc bảo cần bổ sung phí bảo hiểm thì hợp đồng mới hoàn chỉnh.
總經理說要補充保額，合約內容才完整。

4

🎧 297

1. Chúng tôi vẫn giữ lập trường như ban đầu.
我們仍保留初次的立場。

2. Xin ông cho chúng tôi 1 cơ hội để giải thích.
請您給我們一次解釋的機會。

3. Công ty tôi không thể nhượng bộ được.
我們公司不可能讓步的。

4. Chúng ta cứ làm theo các điều khoản đã ghi rõ ở trong hợp đồng.
我們就依照合約的各條款去執行。

5. Anh căn cứ theo nội dung đã ký kết để nhập hàng.
你就按照已經簽約的內容去進貨。

6. Tôi nghĩ chúng ta mỗi bên nên nhượng bộ một chút.
我想我們應該各讓一步。

7. Họ bảo sẽ bồi thường thiệt hại theo quy định.
他們說會依照規定賠償損失。

8 Chúng ta có thể gặp nhau để thương lượng hay không?
我們可以見面一起商量嗎？

5

1 Công ty A đồng ý nhượng bộ theo yêu cầu của khách hàng.
客人的要求，A公司已經同意讓步。

2 Hai bên đã đồng ý các điều khoản trong hợp đồng.
雙方已經同意合約中的各條款。

3 Chúng tôi đã tiến hành làm thủ tục xuất hàng rồi.
我們已經辦理出貨手續了。

4 Họ đang tiến hành ký kết hợp đồng rồi.
他們在進行簽約了。

5 Tôi đang xác nhận lại các điều kiện mà công ty B đưa ra.
我們在確認B公司提出的各條款。

6 Mời anh xem lại các điều khoản trước khi tiến hành ký kết.
在簽約之前，請您再次過目各條款一下。

© **Phản đối / không tán thành** 反對／不贊成

1	**phương án** ／ 方案
2	**căn cứ** ／ 根據
3	**thực tế** ／ 實際
4	**tự phát** ／ 自發
5	**lắm** ／ 太
6	**không nên** ／ 不該
7	**gây gổ** ／ 起衝突、吵架
8	**với** ／ 和、與、跟
9	**chả có lợi gì** ／ 沒什麼、一點利也沒有
10	**chủ quản** ／ 主管
11	**đến cùng** ／ 到底

12 **phê duyệt** ／ 批准、核准

13 **xin về sớm** ／ 請提早下班

14 **mãi** ／ 一直、常常

15 **như vậy** ／ 如此

16 **được** ／ 可以、能、呢

17 **giận** ／ 生氣

18 **vì** ／ 因為

19 **thái độ** ／ 態度

20 **Minh** ／ 明

21 **vẫn cứ** ／ 仍然、仍是、還是

22 **Thu** ／ 秋

23 **chấp nhận** ／ 接受

24 **vẫn** ／ 仍、還

25 **tăng lương** ／ 加薪

26	còn lại	/	剩下、其餘
27	xin nghỉ phép	/	請假、休假
28	bàn giao việc	/	交接工作
29	trước khi	/	之前
30	nghỉ	/	休息
31	bất kỳ	/	任何
32	bằng cách	/	方式
33	chuyển khoản	/	轉帳
34	việc khác	/	其他事情
35	xem xét lại	/	再看看、再考慮
36	ngoài ...... ra	/	除了……以外
37	có quyền	/	有權
38	can thiệp	/	干涉
39	hoạt động	/	活動
40	trực tiếp	/	直接

1 🎧 300

1. Tôi phản đối.
   我反對。

2. Tôi không đồng ý.
   我不同意。

3. Phó giám đốc không đồng ý với phương án mà các anh đưa ra.
   副經理不同意你們提出的方案。

4. Chúng ta cứ căn cứ vào thực tế để làm, không nên tự ý giải quyết như vậy.
   我們要依照實際執行，不該自行決定處理。

5. Phương án của các tổ trưởng đưa ra chưa khách quan lắm.
   各位組長提出的方案不太客觀。

6. Không nên gây gổ với khách hàng, chả có lợi gì cho chúng ta cả.
   不應該與客人起衝突，對我們一點好處都沒有。

1. Số liệu báo cáo không thực tế nên tôi không thể đồng ý được.
報告數據不真實，因此我不可能同意。

2. Nội dung báo cáo này sai với yêu cầu mà chủ quản đưa ra.
該報告內容與主管要求的有誤。

3. Tôi phải phản đối việc này đến cùng, vì các anh chị làm sai quy định.
這件事我反對到底，因為你們不依規定辦理。

4. Tổ trưởng không đồng ý phê duyệt bản thiết kế này.
組長不同意批准此份設計。

5. Anh không nên xin về sớm mãi như vậy được.
你不應該一直這麼早就下班的。

6. Khách hàng đang rất giận vì thái độ của anh đấy.
客戶對你的態度很生氣呢。

7. Cô Minh không đồng ý là vì anh vẫn cứ đi làm muộn.
明小姐不同意，是因為你一直上班遲到。

1
Chúng tôi không đồng ý với ý kiến của anh vừa đưa ra.
我們不同意你剛提出的意見。

2
Những gì anh giải thích chị Thu không thể chấp nhận
được.
你的解釋秋小姐都不能接受。

3
Mọi người nên đi làm đúng giờ, giám đốc đang có ý kiến đấy.
大家要準時上班，經理已經有意見了喔。

4
Cô ấy vẫn không đồng ý phương án bồi thường của
chúng ta.
她還是不同意我們的賠償方案。

5
Anh chị cứ làm sai mãi, làm sao mà chúng tôi có thể xin
tăng lương cho mọi người được.
你們一直做錯，我們怎麼可以幫你們加薪呢。

6
Tôi chỉ phản đối mấy việc trên, còn lại là đồng ý.
我只反對以上的事情，其他都同意。

7
Công nhân xin nghỉ phép phải bàn giao việc trước khi
nghỉ.
員工休假之前，要把工作交接好。

8
Ngoài tôi ra, không có ai có thể thay tôi ký bất kỳ giấy tờ gì.
除了我以外，沒有任何人可以代替我簽任何文件。

1. Họ chỉ đồng ý thanh toán bằng cách chuyển khoản qua ngân hàng.
他們只同意用銀行匯款的方式來付款。

2. Việc này tôi đồng ý, còn những việc khác thì phải xem xét lại.
這件事我同意，其他事情還要再考慮。

3. Ngoài quản đốc ra, không có ai có quyền can thiệp vào việc này.
除了課長之外，無人有權利干涉此事。

4. Giám đốc Trương có tham gia 1 vài hoạt động quảng cáo của công ty A.
張經理有參加A公司的一些廣告活動。

5. Khách hàng đồng ý gặp trực tiếp để thương lượng, chứ không chịu trao đổi qua điện thoại.
客戶同意見面當面商量，不接受電話討論。

6. Anh Tùng có thể đại diện ký kết hợp đồng với công ty B, còn những người khác thì không được.
松先生代表跟B公司簽約，其他人就不行。

ⓓ Suy nghĩ thêm 再考慮

1	**sẽ** / 會、就、將
2	**tiếp tục** / 繼續
3	**hay không** / 要不要
4	**thành ý** / 誠意
5	**trình bày** / 說明
6	**rõ hơn** / 更清楚
7	**suy nghĩ** / 考慮、思考
8	**kỹ** / 仔細
9	**góp ý** / 建議
10	**cho tốt** / 比較好

1 🎧 305

1 Chúng tôi sẽ suy nghĩ lại điều kiện mà ông đưa ra.
我們會考慮您提出的條件。

2 Hai bên có nên tiếp tục hợp tác hay không còn phải xem thành ý của bên ông.
雙方是否繼續合作，還要看您那邊的誠意。

3 Công ty có thể cho tôi cơ hội trình bày rõ hơn không ạ?
貴公司可以給我一次說明清楚的機會嗎？

4 Tôi sẽ suy nghĩ kỹ điều khoản mà ông đưa ra.
我會謹慎地思考您提出的條款。

5 Tôi cần suy nghĩ lại xem có nên tiếp tục hợp tác với họ hay không.
我會考慮看看是否要跟他們繼續合作。

6 Anh không suy nghĩ lại hợp tác với chúng tôi sao?
你不再考慮跟我們合作了嗎？

7 Tôi sẽ suy nghĩ lại những gì mà anh nói.
我會好好的考慮你所說的。

Ý kiến góp ý của anh tôi sẽ suy nghĩ lại.

你的建議我會考慮。

9

Việc này mọi người suy nghĩ lại một chút, xem xử lí như thế nào cho tốt.

這件事情大家要考慮一下，看如何處理比較好。

ⓔ Từ chối / Khước từ 拒絕

Từ vựng 詞彙 306

1	**e rằng**	/	恐怕
2	**trợ lý đặc biệt**	/	特助
3	**tham gia**	/	參加
4	**buổi tiệc**	/	宴會
5	**lập trường**	/	立場
6	**Tổng giám đốc**	/	總經理
7	**viết lại**	/	重寫
8	**báo cáo**	/	報告

會議篇

1 🎧 307

1 Xin lỗi, chúng tôi không thể làm theo ý của ông được.
不好意思，我方沒沒辦法您的意思辦理。

2 Công ty chúng tôi e rằng không thể chấp nhận đề nghị của bà.
我公司恐怕無法接受您的提議。

3 Vô cùng xin lỗi, trợ lý đặc biệt Lý không thể tham gia buổi tiệc ngày mai được.
非常抱歉，李特助無法參加明天的宴會。

4 Họ có lập trường riêng của mình.
他們有自己的立場。

5 Tổng giám đốc nói không được là không được.
總經理他說不可以就是不可以。

6 Thành thật xin lỗi, chúng tôi không thể bồi thường theo ý của anh được.
很抱歉，我們無法照你的意思去賠償。

7 Anh ấy không đồng ý yêu cầu của chúng ta.
他沒有答應我們的要求。

8 Cô ấy nói hôm nay không được ngày mai mới được.
她說今天不行，明天才可以。

9 Ông ấy không đồng ý cách làm của chúng ta, ông nói phải viết lại báo cáo.
他不同意我們的做法，他說重新寫報告。

❹ Nhớ ý chính và ngắt quãng / tạm ngừng / tạm nghỉ 記重點和中斷／暫停／暫停休息

ⓐ Nhớ ý chính 記重點

Từ vựng 詞彙 308

1	**cố gắng** / 努力、加油	
2	**đừng** / 別	
3	**quên** / 忘	
4	**nhiệm vụ** / 任務	
5	**sứ mệnh** / 使命	
6	**thảo luận** / 討論	
7	**ghi lại** / 作筆記、寫下來	
8	**quản đốc** / 課長	
9	**nhắc đến** / 提到	

10　**đánh** ／ 打（字）、打（人）、打（球）……

11　**máy** ／ 機器

12　**đánh máy** ／ 打字

13　**phấn đấu** ／ 奮鬥

14　**thúc đẩy** ／ 促進

15　**các kênh / mối** ／ 通路

16　**mới** ／ 新

17　**cũ** ／ 舊

Câu mẫu 句型範例

1 🎧 309

1 Chúng em sẽ cố gắng hơn nữa.
我們會更加努力工作的。

2 Xin đừng quên nhiệm vụ của mình.
請不要忘記我們的職責。

3 Sứ mệnh của công ty chúng ta là.....
我們公司的使命是……

4 Tôi phải nhớ các nội dung mà khách hàng vừa thảo luận xong.
我要記得客戶剛討論完的議題。

5 Em có nhớ nội dung ông Hải gửi thư đến chứ?
你有記得海先生來信的內容嗎？

6 Cô nhớ ghi lại nội dung mà quản đốc vừa nhắc đến.
剛才課長有提到的內容，妳記得要做筆記。

310

1. Cô ghi lại nội dung chính nhé.
妳把重點記錄下來吧。

2. Tôi đã đánh máy xong nội dung của buổi họp hôm nay rồi.
我已經打完今天會議的內容了。

3. Tôi ghi lại nội dung chính mà khách hàng vừa nói giúp ông rồi.
我幫您把剛才客戶說的重點記起來了。

4. Các vị phải ghi nhớ chất lượng quảng cáo tốt là yếu tố rất quan trọng để khẳng định thương hiệu của chúng ta.
各位請切記，高品質的廣告是很重要的要素，它肯定我們的商標。

5. Chúng tôi sẽ phấn đấu để thúc đẩy các kênh/mối bán hàng mới.
我們會努力促進新的銷售通路。

6. Đây là những nội dung chính mà hôm nay họp, chúng ta cần phải ghi nhớ.
這些都是今天開會的重點，我們要記住。

ⓑ **Ngắt quãng / tạm ngừng / tạm nghỉ** 中斷／暫停／暫停休息

Từ vựng 詞彙

1	**hãy**	／	請
2	**tạm nghỉ**	／	暫時休息、先休息
3	**rồi**	／	了、然後、再
4	**bàn / thảo luận**	／	討論、商討、商量
5	**tiếp / tiếp tục**	／	繼續、再
6	**kết thúc**	／	結束、完

Câu mẫu 句型範例

312

1 Chúng ta hãy nghỉ một lát.
我們先休息一下！

2 Tôi có việc đột xuất cần xử lý, chúng ta tạm nghỉ một lát (chút).
我有急事要處理，我們暫時休息一下。

3 Tạm nghỉ 5 phút rồi bàn (thảo) luận tiếp.
先暫停五分鐘再繼續討論。

4 Tôi không được khỏe cuộc họp tạm dừng 10 phút.
我不舒服，會議暫停十分鐘。

5 Tổng giám đốc có việc đột xuất, cuộc họp tạm thời kết thúc.
總經理臨時有事，會議先解散。

❺ Dự kiến lần họp tới/ tiếp theo và kết thúc cuộc họp 預告下次的會議和會議結束

ⓐ Dự kiến lần họp tới / tiếp theo 預告下次的會議

Từ vựng 詞彙 313

1	**lần trước** / 上次
2	**lần sau** / 下次
3	**Lúc nào?** / 何時？
4	**các xưởng** / 各廠區
5	**về việc** / 關於
6	**đặt lịch / lên lịch** / 安排
7	**đầu năm** / 年初
8	**giữa năm** / 年中
9	**cuối năm** / 年終、年底

1 🎧 314

1. Lần sau sẽ họp vào lúc nào?
   下次會議是何時？

2. Buổi họp tới sẽ họp vào lúc nào?
   我們什麼時候再開會？

3. Ngày 15 tháng sau sẽ họp chủ quản của các xưởng.
   下個月15號，要開各廠區的主管會議。

4. Thứ 5 chúng ta sẽ họp về việc tiêu thụ hàng.
   我們星期四來開行銷會議。

5. Chúng ta lên lịch họp cuối năm trước.
   我們先安排一下年底的會議時間。

ⓑ Kết thúc cuộc họp 會議結束

Từ vựng 詞彙 〔315〕

1	**tan** ／ 散、融化
2	**giải tán** ／ 解散、散會
3	**kết thúc** ／ 結束
4	**cuộc** ／ 場、次
9	**tốt đẹp** ／ 圓滿、美好

Câu mẫu 句型範例

  〔316〕

1 Tan họp.
散會。

2 Giải tán.
散會（解散）。

3 Kết thúc cuộc họp.
會議結束。

4 Buổi họp này đến đây là kết thúc.
這會議到此結束。

5 Cuộc họp đã kết thúc tốt đẹp.
會議圓滿成功。

6 Cảm ơn mọi người.
謝謝大家。

Linking Vietnamese

商務越南語——社交篇：在越南闖出一片天

2018年4月初版　　　　　　　　　　　　　　定價：新臺幣650元
有著作權・翻印必究
Printed in Taiwan.

著　　　者	阮　氏　美　香
編輯主任	陳　　逸　　華
叢書主編	李　　　　　芃
整體設計	江　　宜　　蔚
錄　　　音	Chu Triệu Phú
	Đặng Thị Thanh Mai
	Hứa Long Quân
	Trần Thị Kim Quy
錄音後製	純粹錄音後製公司

出　版　者	聯經出版事業股份有限公司	總編輯	胡　金　倫
地　　　址	新北市汐止區大同路一段369號1樓	總經理	陳　芝　宇
編輯部地址	新北市汐止區大同路一段369號1樓	社　長	羅　國　俊
叢書主編電話	(0 2) 8 6 9 2 5 5 8 8 轉 5 3 1 7	發行人	林　載　爵
台北聯經書房	台 北 市 新 生 南 路 三 段 9 4 號		
電　　　話	(0 2) 2 3 6 2 0 3 0 8		
台 中 分 公 司	台 中 市 北 區 崇 德 路 一 段 1 9 8 號		
暨門市電話	(0 4) 2 2 3 1 2 0 2 3		
台中電子信箱	e - m a i l：l i n k i n g 2 @ m s 4 2 . h i n e t . n e t		
郵 政 劃 撥 帳 戶 第 0 1 0 0 5 5 9 - 3 號			
郵 撥 電 話	(0 2) 2 3 6 2 0 3 0 8		
印　刷　者	文 聯 彩 色 製 版 有 限 公 司		
總　經　銷	聯 合 發 行 股 份 有 限 公 司		
發　行　所	新北市新店區寶橋路235巷6弄6號2樓		
電　　　話	(0 2) 2 9 1 7 8 0 2 2		

行政院新聞局出版事業登記證局版臺業字第0130號

本書如有缺頁，破損，倒裝請寄回台北聯經書房更換。　　ISBN　978-957-08-5065-9 (平裝)
聯經網址：www.linkingbooks.com.tw
電子信箱：linking@udngroup.com

國家圖書館出版品預行編目資料

商務越南語——社交篇：在越南闖出一片天/
阮氏美香著 . 初版 . 新北市 . 聯經 . 2018年4月（民107年）.
480面 . 14.8×21公分（Linking Vietnamese）
ISBN　978-957-08-5065-9（平裝）

1.越南語　2.讀本

803.798　　　　　　　　　　　　　　106023750